കുട്ടികൾക്കൊരു നാടകമേള

kuttikalkkoru nadakamela

●

radhakrishnan aduthila

●

first edition
may 2016

●

typesetting
star communications, thiruvananthapuram

●

published
chintha publishers, thiruvananthapuram

●

●

cover
ambeesh

●

വിതരണം

ദേശാഭിമാനി ബുക്ക് ഹൗസ്

H O തിരുവനന്തപുരം–695 035
Ph: 0471-2303026, 6063020
www.chinthapublishers.com
chinthapublishers@gmail.com

ബ്രാഞ്ചുകൾ

ഹെഡ്ഡാഫീസ് കുന്നുകുഴി ● സ്റ്റാച്യു തിരുവനന്തപുരം ● കെ എസ് ആർ ടി സി ബസ് സ്റ്റേഷൻ ആലപ്പുഴ ● കെ എസ് ആർ ടി സി ബസ് സ്റ്റേഷൻ എറണാകുളം ● മച്ചിങ്ങൽ ലെയ്ൻ തൃശൂർ ● ഐ ജി റോഡ് കോഴിക്കോട് ● മാവൂർ റോഡ് സ്റ്റേഷൻ കോഴിക്കോട് ● എൻ ജി ഒ യൂണിയൻ ബിൽഡിങ് കണ്ണൂർ ● സെൻട്രൽ ബസ് ടെർമിനൽ കോംപ്ലക്സ് താവക്കര കണ്ണൂർ

CO - 2282 / 3769

കുട്ടികൾക്കൊരു നാടകമേള

രാധാകൃഷ്ണൻ അടുത്തില

ചിന്ത പബ്ലിഷേഴ്സ്
തിരുവനന്തപുരം-695 035

രാധാകൃഷ്ണൻ അടുത്തില

കണ്ണൂർ ജില്ലയിലെ അടുത്തിലയിൽ ജനനം. പിതാവ്: സി എച്ച് ഗോവിന്ദൻ നമ്പ്യാർ. മാതാവ്: പി വി പത്മാവതിയമ്മ. എം എ, എം എഡ് ബിരുദധാരി. ജില്ലാ വിദ്യാഭ്യാസ പരി ശീലന സ്ഥാപനത്തിൽ (DIET) അധ്യാപകനായിരുന്നു. 26 പുസ്തകങ്ങൾ പ്രസിദ്ധീകരിച്ചിട്ടുണ്ട്.

കാഞ്ഞങ്ങാട് ആസ്ഥാനമായി പ്രസിദ്ധീകരിക്കുന്ന 'കിങ്ങി ണി' എന്ന കലാസംഘടനയുടെ ഡയറക്ടർ.

ഭാര്യ   :   രഞ്ജിനി

മകൻ   :   ദീപചാന്ദ്

വിലാസം :   'ശിശിരം' ബല്ല പി ഒ
                    കാസർഗോഡ് – 671531

ഉള്ളടക്കം

പ്രസാധകക്കുറിപ്പ്

നഴ്സറിതലം മുതൽ സ്കൂൾ-കോളേജ് തലം വരെയുള്ള കുട്ടികൾക്ക് അവതരിപ്പിക്കാൻ ഉതകുന്നവിധം രാധാകൃഷ്ണൻ അടുത്തില തയാറാക്കിയ ദൃശ്യാവിഷ്കാരങ്ങളാണ് ഈ പുസ്ത കത്തിൽ. വിദ്യാർഥികൾക്കും അധ്യാപകർക്കും ഇത് പ്രയോജ നപ്പെടുമെന്നാണ് ഞങ്ങളുടെ വിശ്വാസം.

നഴ്സറി നാടകം, ഏകാങ്കനാടകം , മുഖാവരണ നാടകം , കാവ്യനാടകം, സംഗീതശിൽപ്പം, റോൾപ്ലേ, പാവനാടകം, വില്ല ടിച്ചാൻപാട്ട്, തെരുവു നാടകം എന്നീ ഇനങ്ങളിലുള്ള ഈ ദൃശ്യാവിഷ്കാരങ്ങൾ പരിചയപ്പെടുവാനും ഈ പുസ്തകം സഹായകരമാണ്

ചിന്താ പബ്ലിഷേഴ്സ്

ആമുഖം

നാടകമേള

നഴ്സറി തലത്തിലെ കുട്ടികൾക്കും സ്കൂൾ കോളേജ് തലം വരെയുള്ള വിദ്യാർഥികൾക്കും അവതരിപ്പിക്കാവുന്ന ഒൻപത് ദൃശ്യാവിഷ്കാരങ്ങളാണ് ഇതിലുള്ളത്.

രചനയിലും അവതരണത്തിലും വൈവിധ്യം പുലർത്തുന്ന റോൾപ്ലേ, ഏകാങ്ക നാടകം, പാവനാടകം, മുഖാവരണ നാടകം, തെരുവു നാടകം എന്നിവയുടെ രചനാ സങ്കേതവും അവതരണരീതിയും ഒന്നിനൊന്ന് വ്യത്യസ്തമാണ്. അതിനാൽ ഇവയോരോന്നും താരതമ്യ പഠനത്തിന് വഴിയൊരുക്കുന്നു.

കാവ്യനാടകവും സംഗീതശിൽപ്പവും വില്ലടിച്ചാൻപാട്ടുപോലുള്ള പരമ്പരാഗത കലാരൂപവും ബോധനമാധ്യമം എന്ന നിലയിൽ ആശയവിനിമയത്തിന് എത്രമാത്രം സഹായകമാണെന്ന് ഇതിലെ *പഠിച്ചുതീർന്നാൽ, കളിയാടീടാൻ വരുന്നോ നീ, വനഗാഥ* എന്നീ കഥാരൂപങ്ങൾ വെളിപ്പെടുത്തുന്നു.

നാടകത്തിന്റെ ഉൽപ്പത്തിയെയും വളർച്ചയെയും കുറിച്ചുള്ള 'നാടിനകം നാടകം' എന്ന ആമുഖക്കുറിപ്പും ഈ പുസ്തകത്തെ ശ്രദ്ധേയമാക്കുന്നു.

പ്രീ-പ്രൈമറി, ടി ടി ഐ, ബി എഡ് തുടങ്ങിയ അധ്യാപക പരിശീലന സ്ഥാപനങ്ങളിലെ അധ്യാപക വിദ്യാർഥികൾക്കും

ഏറെ പ്രയോജനം ചെയ്യുന്ന പുസ്തകമാണിത്.

പാഠഭാഗങ്ങളും പാഠാനുബന്ധപ്രവർത്തനങ്ങളും സമഞ്ജ സമായി കോർത്തിണക്കിയ ഇതിലെ വിഭവങ്ങളോരോന്നും വിദ്യാ ലയ പ്രവർത്തനങ്ങളിൽ അധ്യാപകർക്കും വിദ്യാർഥികൾക്കും ഒരുപോലെ മുതൽക്കൂട്ടായിരിക്കും.

പ്രസിദ്ധീകരിച്ച നഴ്സറി നാടകങ്ങൾ വിരളമാണ്. അതി നാൽ മുതിർന്ന കുട്ടികൾക്കുള്ള നാടകങ്ങളുമായാണ് മിക്ക പ്രീ-പ്രൈമറി നഴ്സറികുട്ടികളും അരങ്ങിലെത്താറുള്ളത്. മൃഗ ങ്ങളും പക്ഷികളും ഇതര ജന്തുക്കളുമൊക്കെ കഥാപാത്രങ്ങ ളായി വരുന്ന നാടകങ്ങളാണ് ഈ പ്രായക്കാർക്ക് ഏറെ ഇഷ്ടം. കളിയുടെ സാധ്യതകളും ഇതിൽ ഉൾപ്പെടുത്തിയാൽ നന്ന്.

'പൂച്ചവണ്ടി' ഇത്തരത്തിലുള്ള ഒരു നാടകമാണ്. കഥാപാ ത്രങ്ങൾക്ക് കയറി നിൽക്കാൻ പാകത്തിൽ ഒരു ചരടുവലയത്തി നുള്ളിൽനിന്ന് ഇതിലെ 'വണ്ടി' കളിക്കാം. പക്ഷിമൃഗാദികളുടെ കണ്ണും മൂക്കും വരച്ച് ഉചിതമായ വേഷങ്ങൾ നൽകി കഥാപാ ത്രങ്ങളെയും ഒരുക്കാം.

നാടകാവതരണം ഒരു നല്ല പഠനപ്രവർത്തനം കൂടിയാണ്. ഈ പഠന പ്രവർത്തനത്തിലൂടെ കുട്ടിയുടെ ഭാഷാശേഷിയും ഗണിതശേഷിയും സർഗാത്മകശേഷിയും വികസിപ്പിക്കാം. സ്നേഹം, കൂട്ടായ്മ തുടങ്ങിയ ഗുണങ്ങളും അവരിൽ വളർത്തി യെടുക്കാൻ നാടകീകരണത്തിനു കഴിയും.

രാധാകൃഷ്ണൻ അടുത്തില

1
നഴ്സറി നാടകം

മൃഗങ്ങളും പക്ഷികളും കഥാപാത്രങ്ങളായി വരുന്ന നാടക
ങ്ങളാണ് ഈ പ്രായത്തിലുള്ള കുട്ടികൾക്ക് ഏറെ ഇഷ്ടം.
'പൂച്ചവണ്ടി' ഇത്തരത്തിലുള്ള ഒരു നാടകമാണ്.

പൂച്ചവണ്ടി

കഥാപാത്രങ്ങൾ

പൂച്ച
എലി
തത്ത
ആമ
ആന

പൂച്ച : (കൈവണ്ടി വലിക്കുന്നതുപോലെ നടന്നു നീങ്ങി
ഉറക്കെ പാടുന്നു)
പൂച്ച വണ്ടി ഐലേസാ...
ആളുകേറാം ഐലേസാ...
ഏലേമാലി ഐലേസാ...
എല്ലാരും വാ ഐലേസാ

കോറസ് : പൂച്ചവണ്ടി... പൂച്ചവണ്ടി
എവിടെപ്പോകും പൂച്ചവണ്ടി?

പൂച്ച : ദില്ലി, മുംബൈ, കൽക്കത്ത
എല്ലാം പോകും ഈ വണ്ടി
പൂച്ചവണ്ടി ഐലേസാ...

ആളുകേറാം ഐലേസാ...
ഏലേമാലി ഐലേസാ...
എല്ലാരും വാ ഐലേസാ

കോറസ് : പൂച്ചവണ്ടി... പൂച്ചവണ്ടി
എവിടെപ്പോകും പൂച്ചവണ്ടി?

പൂച്ച   : കാശി, മധുര, തെങ്കാശി
എവിടേം പോകും ഈ വണ്ടി
പൂച്ചവണ്ടി ഐലേസാ...
ആളുകേറാം ഐലേസാ...
ഏലേമാലി ഐലേസാ...
എല്ലാരും വാ ഐലേസാ

എലി   : (ഓടിയെത്തി) പൂച്ചക്കുറുഞ്ഞീ... പൂച്ചക്കുറുഞ്ഞീ
ഞാനും കയറട്ടെ നിന്റെ വണ്ടിയിൽ?

പൂച്ച   : (മുരൾച്ചയോടെ എലിയെ അങ്ങോട്ടുമിങ്ങോട്ടും ഓടി
പ്പിക്കുന്നു.)
ഋഹാ അപ്പോൾ നിനക്ക് എന്നെ പേടിയുണ്ട്. അല്ലേ.
കേറിക്കോ... കേറിക്കോ ഞാൻ നിന്നെ ഉപദ്രവിക്കി
ല്ല.
(എലി കൈവണ്ടിയിലേക്കെടുത്തു ചാടി പൂച്ചയുടെ
പിന്നാലെ ചെന്നുനിൽക്കുന്നു. തുടർന്ന് രണ്ടുപേരും
ചേർന്ന് വണ്ടികളിച്ച് പാടുന്നു.)
പൂച്ചവണ്ടി ഐലേസാ...
എലിയും കേറി ഐലേസ...
നമ്മൾ രണ്ട് ഐലേസ... (ആവർത്തിച്ച് പാടുന്നു)
(തത്ത പറന്നു വന്ന്)
പൂച്ചക്കുറുഞ്ഞീ... പൂച്ചക്കുറുഞ്ഞീ ഞാനും കയറട്ടെ
നിന്റെ വണ്ടിയിൽ...

പൂച്ച   : (എലിയോട്) ഇതു കേട്ടില്ലേ? പാറിപ്പറക്കുന്ന തത്ത
പ്പെണ്ണിനും കയറണമത്രെ എന്റെ വണ്ടിയിൽ...

എലി   : അവളുടെ ഒരാശയല്ലേ, കേറിക്കോട്ടെ..

പൂച്ച : എന്നാൽ കേറ്.
(തത്ത, പാറി വണ്ടിയിൽ കയറി എലിയുടെ പിറകി
ലായി നിൽക്കുന്നു. മൂവരും വണ്ടികളിച്ച് പാടുന്നു.)
പൂച്ചവണ്ടി ഐലേസാ...
എലിയും കേറി ഐലേസ
നമ്മൾ മൂന്ന് ഐലേസ

ആമ : (ദൂരെ നിന്ന് വിളിച്ചുപറയുന്നു) കൂട്ടരേ നിൽക്ക്
എന്നെക്കൂടി കയറ്റണേ.

തത്ത : ആങ്ഹാ... അതു നമ്മുടെ ആമച്ചാരല്ലേ?

പൂച്ച : (പാടുന്നു) ആമ വരുന്നേ... ആമ വരുന്നേ..
കുഞ്ഞൻ പാറ നിരങ്ങിവരുന്നേ..
(എലിയും തത്തയും ഏറ്റുപാടുന്നു.)

പൂച്ച : ആമ വരുന്നേ.. ആമ വരുന്നേ
തതരം പിതരം ആമ വരുന്നേ.
(മറ്റുള്ളവർ ഏറ്റുപാടുന്നു.)

ആമ : (പ്രവേശിച്ച്) പൂച്ചക്കുറിഞ്ഞീ.. പൂച്ചക്കുറിഞ്ഞീ...
ഞാനും കയറട്ടെ നിന്റെ വണ്ടിയിൽ?

തത്ത : (പൂച്ചയോട്) കേറിക്കോട്ടെ. പാവം.

പൂച്ച : (ആമയോട്) തീരെ നടക്കാൻ വയ്യ അല്ലേ? എന്നാൽ
കേറിക്കോ.
(ആമ, ഇഴഞ്ഞു നീങ്ങി തത്തയുടെ പിറകിലായി
നിൽക്കുന്നു. നാലുപേരും വണ്ടി കളിച്ചുകൊണ്ട് പാടു
ന്നു)
പൂച്ച വണ്ടി ഐലേസാ...
എലിയും കേറി ഐലേസാ
തത്തേം കേറി ഐലേസാ
ആമേം കേറി ഐലേസാ..
നമ്മൾ നാല് ഐലേസാ...
ഏലേമാലി ഐലേസാ
(അകലെ ആനയുടെ ചിന്നംവിളി)

ആമ : അതാ... അതാ.. ആനച്ചേട്ടൻ വരുന്നു.

പൂച്ച   : *(പാടുന്നു)*
             ആന വരുന്നേ.. ആനവരുന്നേ..
             വമ്പൻ പാറ നടന്നു വരുന്നേ..
             (മറ്റുള്ളവർ ഏറ്റുചൊല്ലുന്നു)

പൂച്ച   : ആന വരുന്നേ ആന വരുന്നേ...
             തത്തകം പിത്തകം ആന വരുന്നേ...

ആന   : എടാ പിള്ളാരേ, ഞാനും കയറട്ടെ നിങ്ങടെ വണ്ടി
             യിൽ?

തത്ത   : ആനച്ചേട്ടനും കൂടി കയറിയാൽ നമ്മൾ അഞ്ച്.

എലി   : പക്ഷെ, ആനച്ചേട്ടനു കയറാൻ ഈ വണ്ടിയിൽ ഇട
             മില്ലല്ലോ...

ആന   : അതൊന്നും പറഞ്ഞാലൊക്കില്ല. എനിക്കും കയറണം
             ഈ വണ്ടിയിൽ.
             (വണ്ടിയിലേക്ക് ഓടിക്കയറുന്നു.
             എല്ലാവരും മറിഞ്ഞു വീഴുന്നു.)

    – തത്ത പാറി അകലുന്നു
    – എലി നിലവിളിച്ചുകൊണ്ടോടുന്നു.
    – ആമ 'അയ്യോ' എന്നു കരഞ്ഞുപായുന്നു.
    – ആന ചിന്നം വിളിച്ചുകൊണ്ട് മറയുന്നു.

പൂച്ച   : ഹയ്യോ എന്റെ വണ്ടി പൊളിഞ്ഞേ.. എന്റെ നടുവൊ
             ടിഞ്ഞേ 'മ്യാവൂ' എന്നു കരഞ്ഞ് ഞൊണ്ടിക്കൊണ്ടു
             പോകുന്നു.

2
ഏകാങ്കനാടകം

ഒരു പൂർണ നാടകത്തിന്റെ ചേരുവകളെല്ലാം ഏകാങ്കനാട കത്തിനുമുണ്ടാവും. ചുരുങ്ങിയ സമയംകൊണ്ട് ഒരു ആശയ ത്തിന്റെ പൂർണമായ അവതരണമാണ് ഇതുകൊണ്ട് ഉദ്ദേശിക്കു ന്നത്.

മുഴുനീള നാടകത്തിലേതുപോലെ തന്നെ ഏകാങ്കനാടക ത്തിലും സംഭവങ്ങളും കഥാപാത്രങ്ങളുമായി താദാത്മ്യം പ്രാപി ക്കാൻ അഭിനയിക്കുന്നവർക്കും പ്രേക്ഷകർക്കും കഴിയുന്നു.

അപ്രതീക്ഷിതവും പ്രവചനാതീതവുമായ പല മൂല്യങ്ങളും ഉരുത്തിരിയാൻ ഈ നാടകകൂട്ടായ്മ സന്ദർഭമൊരുക്കുന്നു. സ്വയംപ്രകാശനത്തിനുള്ള അവസരം നൽകുന്നു. സഹകരിച്ചു പ്രവർത്തിക്കാനുള്ള മനോഭാവം വളർത്തുന്നു.

വീട്ടിലായാലും വിദ്യാലയത്തിലായാലും ആൺകുട്ടിക്കും പെൺകുട്ടിക്കും തുല്യപ്രാധാന്യം നൽകണമെന്ന ആശയത്തെ ഊട്ടി ഉറപ്പിക്കുന്ന ഏകാങ്ക നാടകമാണ് 'അവൻ ആണല്ലേടീ.'

അവൻ ആണല്ലേടീ

കഥാപാത്രങ്ങൾ

ശങ്കർ

മിനി

അമ്മ

അച്ഛൻ

(*മു*റ്റം തൂക്കുന്നതിനുള്ള ചൂലുമായി മിനിയും ക്രിക്കറ്റ് ബാറ്റു
മായി ശങ്കരും ഇരുവശങ്ങളിൽ നിന്നുവരുന്നു.)

ശങ്കർ   : ദേ എനിക്കു കളിക്കണം.

മിനി   : ഞാനീ മുറ്റം തൂക്കാൻ പോവ്വാ.

ശങ്കർ   : കുറച്ചുകഴിഞ്ഞു തൂത്താൽ മതി.

മിനി   : പോര. എനിക്കിതു കഴിഞ്ഞ് വേറെ ജോലിയുണ്ട്.

ശങ്കർ   : (*ദേഷ്യം*) ഞാൻ കളിക്കട്ടെന്ന്.

മിനി   : ഇതുകഴിഞ്ഞ് എനിക്ക് വേറെ ജോലിയുണ്ടെന്നു
             പറഞ്ഞില്ലേ?

ശങ്കർ   : (*ബാറ്റ് കാണിച്ച്*) ഇതുകൊണ്ട് ഒരടിവച്ചുതന്നാ
             ലുണ്ടല്ലോ.

മിനി   : പിന്നെ. പിന്നെ. എന്റെ കയ്യിലിരിക്കുന്നതു ചൂലാ.

ശങ്കർ   : മാറടീ.

മിനി	:	ഇല്ല. മുറ്റം തൂത്തിട്ടുമതി നിന്റെ കളി.
അമ്മ	:	*(അകത്തുനിന്നും)* മിനീ. എന്താ അവിടെ.
മിനി	:	ഈ ശങ്കർ മുറ്റം തൂക്കാൻ വിടുന്നില്ലമ്മേ.
ശങ്കർ	:	ഈ പെണ്ണെന്നെ കളിക്കാൻ വിടുന്നില്ലമ്മേ.
മിനി	:	*(ദേഷ്യം)* പോ ചെക്കാ..
ശങ്കർ	:	ങ്ങേ! *(ബാറ്റുയർത്തുന്നു. മിനി ചൂലും.)*
അമ്മ	:	*(കടന്നു വന്ന്)* രാവിലെ തന്നെ തുടങ്ങിയല്ലോ. രണ്ടും. മിനീ. എന്തായിവിടെ? പെണ്ണായാൽ കുറെ അടക്കവും ഒതുക്കവും വേണം.
മിനി	:	ഞാൻ മുറ്റം തൂക്കാൻ വന്നതാ. അപ്പോഴയി വന്റെയൊരു കളി.
ശങ്കർ	:	ഞാൻ കളിക്കാൻ വന്നതാ. അപ്പോൾത്തന്നെ ഇവൾക്കു മുറ്റം തൂക്കണമത്രെ!
അമ്മ	:	രാവിലെ തന്നെ കളി. നിനക്കു പഠിക്കാനില്ലേ. കുട്ടീ?
ശങ്കർ	:	അമ്മേ, രാവിലെ എഴുന്നേറ്റാൽ വ്യായാമം ചെയ്യ ണം. അതിനു പറ്റിയ ഒന്നാന്തരം കളിയാ ക്രിക്കറ്റ്.
അമ്മ	:	*(മിനിയോട്)* വഴക്കു കൂടണ്ട. നീ പോയി ആ പാത്ര ങ്ങൾ കഴുകിവെക്ക്.
മിനി	:	*(പിണങ്ങി)* എങ്കിലേ കളികഴിഞ്ഞ് ഇവൻതന്നെ മുറ്റം തൂക്കട്ടെ.
ശങ്കർ	:	ഹയ്യ. ആണ് നിലം തൂക്കോ?
മിനി	:	ഉം എന്താ? ആണ് നിലം തൂത്താ ആകാശം ഇടിഞ്ഞു വീഴ്വേ?
അമ്മ	:	മിനീ നിന്നോട് അകത്തുപോകാനല്ലേ പറഞ്ഞത്.
മിനി	:	ഈ അമ്മയാ ഇവനെ ഇങ്ങനെ വഷളാക്കുന്നത്.
അമ്മ	:	അവനാണല്ലേടീ...
മിനി	:	അതോണ്ടെന്താ? അമ്മയ്ക്കും അച്ഛനും ഞങ്ങൾ രണ്ടു മക്കളും ഒരുപോലല്ലേ? പിന്നെന്തിനാ ഈ തരംതിരിവ്. ആണും. പെണ്ണും.
അമ്മ	:	ഡ്ഹാ... മതി മതി. നീ പോയി നിന്റെ ജോലി

നോക്ക്.

മിനി   : ഞാൻ പാത്രം കഴുകാം. ശങ്കർ വെള്ളം കോരട്ടെ.

ശങ്കർ   : *(കൊഞ്ഞനം കുത്തി)* ഉം... ഉം.

അമ്മ   : *(ആലോചിച്ച്)* ശങ്കർ അവൾക്കും നിന്നെപ്പോലെ
            സ്കൂളിൽ പോകണ്ടതല്ലേ. ചെല്ല്. ചെന്ന് സഹാ
            യിക്ക്.

ശങ്കർ   : അമ്മേ.. കളി വ്യായാമം.

മിനി   : *(പരിഹാസം)* വെള്ളം കോരുന്നതും നല്ല വ്യായാ
            മമാ. ദേ എനിക്കു കുളിക്കാനും ഇത്തിരി വെള്ളം
            കോരി വച്ചേക്.

ശങ്കർ   : *(ദേഷ്യം)* പോടീ.
            *(മിനിയെ അടിക്കാനായുന്നു. അവൾ ചൂല് ഉപേ
            ക്ഷിച്ച് ഓടുന്നു. പിറകെ ശങ്കറും.)*

അമ്മ   : ശ്ശോ. ഈ പിള്ളേരെക്കൊണ്ടു ഞാൻ തോറ്റു *(ചൂ
            ലെടുത്ത് മുറ്റം തൂക്കുന്നു.)*
            (ഉറക്കച്ചടവോടെ അച്ഛൻ കടന്നുവരുന്നു.)

അച്ഛൻ   : *(കോട്ടുവായിട്ട്)* മനഃസമാധാനത്തോടെ ഒന്നുറ
            ങ്ങാൻ പോലും ഈ പിള്ളേർ സമ്മതിക്കില്ല. *(ഭാ
            ര്യയോട്)* ചായയന്ത്യേടീ?

അമ്മ   : ഞാനീ മുറ്റമൊന്നു തൂത്തോട്ടെ.

അച്ഛൻ   : നീയതവിടെ വെക്ക്. ഇത്തിരി ചായയിട്ടുതാ.

അമ്മ   : ഇതൊന്നു തൂക്കട്ടെന്ന്.

അച്ഛൻ   : ചായയിട്ടു താടീ. എനിക്കൊന്നു കക്കൂസിപ്പോണം.

അമ്മ   : അത്ര ധൃതിയാണെങ്കിലേ വച്ചുകുടിച്ചോളു,.

അച്ഛൻ   : *(പ്രതീക്ഷിക്കാത്തതുകേട്ടതുപോലെ)* ഝ്ഹേ.
            ഞാൻ ചായ വച്ചുകുടിക്കാനോ?

അമ്മ   : എന്താ.. നിങ്ങളുവച്ചാല് ചായയാവൂലേ?

അച്ഛൻ   : എന്റെ ജീവിതത്തിലിന്നേവരെ അടുക്കളയിൽ കയ
            റി ഞാനൊരു തുള്ളി വെള്ളം തിളപ്പിച്ചിട്ടില്ല.
            അറിയോ?

അമ്മ   : എന്നാലിന്നൊന്നു ശ്രമിച്ചുനോക്ക്. കാലത്ത്

അഞ്ചു മണിക്കെഴുന്നേറ്റതു മുതൽ ഞാൻ പാടു പെടുന്നത് കാണുന്നില്ലേ നിങ്ങള്?

അച്ഛൻ : ഇത് ഇന്നും ഇന്നലെയും തുടങ്ങിയതല്ലല്ലോ.

അമ്മ : മിനിമോൾ പറഞ്ഞതാ ശരി.

അച്ഛൻ : ഉം?

അമ്മ : പെണ്ണെന്നും പണിയെടുത്തൊടുങ്ങാനാ? വീട്ടു ജോലികളിൽ ആണിനും അവളെ സഹായിക്കാം..

അച്ഛൻ : അങ്ങനെ വരട്ടെ. അപ്പോൾ അവളാണ് നിനക്കീ വക്രബുദ്ധി ഉപദേശിച്ചു തന്നത്. അമ്പടീ. ഈയി ടെയായി സ്കൂളിൽനിന്ന് അവൾ ഇതൊക്കെയാ പഠിക്കുന്നത്. *(ആലോചിച്ച്)* ങ്ഹാ.. നോക്കട്ടെ. എനിക്കും ചായയുണ്ടാക്കാൻ കഴിയുമോ എന്ന്. *(അകത്തേക്കു പോകുന്നു)*

അമ്മ : *(പോകുന്നതു നോക്കി)* ദേ കടുപ്പം കുറച്ച് എനിക്കും ഒരു ഗ്ലാസ്.

അച്ഛൻ : *(പിൻതിരിഞ്ഞു നോക്കി കുസൃതിച്ചിരിയോടെ)* പോടീ *(പോകുന്നു.)*

അമ്മ : *(സ്വയം)* ഹാവൂ. ഇന്ന് സൂര്യൻ പടിഞ്ഞാറ് ഉദി ക്കും.
(ചൂലുമായി മറുവശത്തേക്ക് പോകുന്നു.)

3
മുഖാവരണ നാടകം

മുഖാവരണം (Mask) അണിഞ്ഞ് വേഷപ്രച്ഛന്നരായി കാണികൾക്കു മുന്നിൽ അവതരിപ്പിക്കപ്പെടുന്ന നാടൻ കലാപ്ര കടനങ്ങളാണ് പടയണി തെയ്യം-തിറ കോതാമ്മൂരിയാട്ടം തുട ങ്ങിയവ. പക്ഷികളും മൃഗങ്ങളുമായി വേഷമിടുമ്പോഴും ഭൂത പ്രേതാദികളായി അഭിനയിക്കുമ്പോഴും നടീനടന്മാർ മുഖംമൂടി അണിയാറുണ്ട്.

പ്രവൃത്തി പരിചയത്തിന്റെ ഭാഗമായും നാടകാവതരണ ത്തിനു വേണ്ടിയും മുഖംമൂടി നിർമാണരീതികൾ വിദ്യാർഥികൾ പരിചയിച്ചിട്ടുണ്ടാകും. മുഖത്ത് മിന്നിമറയുന്ന ഭാവങ്ങൾ കാണി ക്കാൻ കഴിയില്ലെങ്കിലും മൃഗചേഷ്ടകളും പക്ഷിശബ്ദങ്ങളും അനു കരിച്ച് കഥാപാത്രത്തെ അതീവ രസകരമായി അവതരിപ്പിക്കു ന്നതിന് മുഖാവരണ നാടകത്തിലൂടെ കഴിയുന്നു. അഭിനയി ക്കുന്ന ആളെ തിരിച്ചറിയാൻ കഴിയില്ല എന്നത് ഇത്തരം സന്ദർഭ ങ്ങളിൽ നടീനടന്മാർക്ക് അനുഗ്രഹമാണ്. മനോധർമാഭിനയ ത്തിന് സാധ്യത കൂടുമെന്നതും ആശയ വിനിമയത്തിന്റെ വിവിധ തലങ്ങളിൽ നൈപുണി കൈവരിക്കാമെന്നതും വിദ്യാലയങ്ങ ളിൽ ഇത്തരം നാടകങ്ങളുടെ പ്രസക്തി വർധിപ്പിക്കുന്നു.

'തലകുലുക്കും ബൊമ്മ' എന്ന മുഖാവരണ നാടകത്തിലെ കുരങ്ങ്, കരടി, മുയൽ എന്നീ മൃഗങ്ങൾ മിണ്ടാപുരം ഗ്രാമത്തിലെ

ആളുകളെ പരസ്പരം സംസാരിപ്പിക്കുന്നതിനുള്ള സൂത്രവിദ്യ കണ്ടെത്തുകയാണ്.

അതെങ്ങനെ?

ആദ്യം നാടകം വായിക്കാം. പിന്നീട് അഭിനയിക്കാം.

തലകുലുക്കും ബൊമ്മ

കഥാപാത്രങ്ങൾ

കരടി

മുയൽ

കുരങ്ങ്

കച്ചവടക്കാരൻ

മൂന്ന് കുട്ടികൾ

അമ്മ

അച്ഛൻ

(കരടി, മുയൽ, കുരങ്ങ് എന്നിവർ വേദിക്ക് പുറം തിരിഞ്ഞു നിൽക്കുന്നു. ഭാണ്ഡവും പേറി കച്ചവടക്കാരൻ വരുന്നു.)

കച്ചവടക്കാരൻ :   ഇതാ... ഇതാ... തലകുലുക്കും ബൊമ്മ. ചാഞ്ചാടും ബൊമ്മ. ചാവി കൊടുത്താൽ ഓടുന്ന മുയൽ. ചെണ്ടയടിക്കുന്ന കരടി. ഡാൻസു ചെയ്യുന്ന കുരങ്ങൻ. വെറും പത്തുരൂപ. പത്തു രൂപാ മാത്രം.

(ഭാണ്ഡം തുറക്കുന്നതായി നടിക്കുന്നു. അപ്പോൾ

(പാവകൾ മൂന്നും നേരെ തിരിഞ്ഞു നിൽക്കുന്നു.
അച്ഛനും മകനും കടന്നുവരുന്നു.)

മകൻ : ഈ കരടിയെ നമുക്കു വാങ്ങാച്ഛാ.

അച്ഛൻ : ശരി വാങ്ങാമല്ലോ. (കച്ചവടക്കാരനോട്) ഈ
കരടിയെ തന്നേക്ക്.
(പണം നൽകുന്നു)

മകൻ : ഇതെങ്ങനെയാ ചെണ്ട കൊട്ടുന്നത്.

കച്ചവടക്കാരൻ : ഇങ്ങനെ... (ചാവി കൊടുക്കുന്നു. കരടി
ചെണ്ടകൊട്ടി നീങ്ങുന്നു. പിന്നാലെ കൈയടിച്ച്
ആഹ്ലാദം പ്രകടിപ്പിച്ച് കുട്ടിയും)

അച്ഛൻ : മോനേ, റോഡിൽക്കൂടി ഓടരുതേ. അച്ഛനൊപ്പം
പോകാം. (പോകുന്നു)

കച്ചവടക്കാരൻ : പാവകൾ, പാവകൾ.. ഇനിയിതാ
രണ്ടെണ്ണം മാത്രം. ആർക്കും വാങ്ങാം. ആർക്കും
വാങ്ങാം... (അമ്മയും മകളും വരുന്നു)

മകൾ : അമ്മേ... പാവ (കരയുന്നു)

അമ്മ : ഡ്ഹാ.. വാങ്ങിത്തരാം. കരയാതിരിക്ക്. (കച്ചവട
ക്കാരനോട്) ഒരു പാവയെ തരൂ.

കച്ചവടക്കാരൻ : ഏതിനെയാ വേണ്ടത്? മുയലിനെയോ
കുരങ്ങിനെയോ?

അമ്മ : ഏതാടീ വേണ്ടത്?

മകൾ : രണ്ടും വേണം.

അമ്മ : ഹമ്പടീ. അതുവേണ്ട ഏതെങ്കിലും ഒന്നുമതി.

മകൾ : എന്നാൽ മുയലിനെ മതി.

കച്ചവടക്കാരൻ : ഇതാ (പണം വാങ്ങി പാവയെ മുന്നോട്ടു
തള്ളുന്നു.)

മകൾ : ഇത് തുള്ളിച്ചാടുമോ?

കച്ചവടക്കാരൻ : ഓ.. ചാടുമല്ലോ.. ഇങ്ങനെ... (ചാവികൊ
ടുക്കുന്നു. മുയൽ ഓടുന്നു.)

മകൾ : ഹായ്.. ഹായ്..

അമ്മ : വേഗം നടന്നോ ഇനി എന്നോടൊന്നും വാങ്ങി

ക്കാൻ പറയരുത്. (പോകുന്നു)

കച്ചവടക്കാരൻ :   ഇതാ.. ഇതാ. ഇനിയൊരു പാവ മാത്രം
ആർക്കും വാങ്ങാം. ഡാൻസു ചെയ്യുന്ന കുര
ങ്ങൻ. (ചാവികൊടുത്തുകൊണ്ടു പാടുന്നു)
ആടിക്കളിക്കെടൊ കുഞ്ഞിരാമാ..
ചാടിക്കളിക്കെടൊ കുഞ്ഞിരാമാ.
(കുരങ്ങൻ ഡാൻസ് ചെയ്യുന്നു)

കുട്ടി   : (തനിച്ചു കടന്നുവന്ന്) ഹായ് ഡാൻസ് ചെയ്യുന്ന
കുരങ്ങൻ! ഇതിനെ എനിക്കു തരുമോ?

കച്ചവടക്കാരൻ :   തരാമല്ലോ. കുട്ടി എവിടുന്നാ?

കുട്ടി   : മിണ്ടാപുരം ഗ്രാമത്തീന്നാ?

കച്ചവടക്കാരൻ :   ഓ.. മിണ്ടാപുരം ഗ്രാമത്തീന്ന്. അറിയാം..
അറിയാം.. പക്ഷേ, പാവയെ വെറുതെ തരാൻ പ
റ്റില്ലല്ലോ. കൈയിൽ കാശുണ്ടോ?

കുട്ടി   : എത്രയാ വില?

കച്ചവടക്കാരൻ :   പത്തുരൂപാ.

കുട്ടി   : ദേ എന്റെ മാമനവിടുണ്ട്. ഞാൻ പോയി കാശും
വാങ്ങിവരാം.

കച്ചവടക്കാരൻ :   വേഗം വരണം.

കുട്ടി   : ഇപ്പൊ വരാം. പവയെ വേറാർക്കും കൊടുക്ക
ല്ലേ.

കച്ചവടക്കാരൻ :   ഇല്ല. വേഗം പോയി വാ. (കുട്ടി പോകു
ന്നു)

കച്ചവടക്കാരൻ :   (പാവയോട്) എടാ കുരങ്ങാ. നിന്നെ
വാങ്ങിക്കൊണ്ടുപോകുന്നത് മിണ്ടാപുരം ഗ്രാമ
ത്തിലേക്കാ. വിശേഷായി.

കുട്ടി   : (കിതച്ചുകൊണ്ട് ഓടിവന്ന്) ഇതാ കാശ്. ഈ
കുരങ്ങ് എങ്ങനെയാ ഡാൻസ് ചെയ്യുന്നത്?

കച്ചവടക്കാരൻ :   (ചാവികൊടുത്ത്) ഇതാ.. ഇങ്ങനെ... (കു
രങ്ങ് ഡാൻസ് ചെയ്തു നീങ്ങുന്നു. പിന്നാലെ
കുട്ടിയും.)

കച്ചവടക്കാരൻ : ങ്ആ.. അങ്ങനെ മൂന്നും പോയി. ഇന്നത്തെ ചെലവിനുള്ള കാശുമായി. (*പണം എണ്ണി*) പത്ത്... ഇരുപത്... മുപ്പത്... (*പോകുന്നു*)

ഭാഗം 2

(*അടുത്തുള്ള മൂന്നു വീടുകളിൽ പരസ്പരം അഭിമുഖമായി നിൽക്കുന്ന പാവകൾ*)

കരടി : ഹേയ്, കുരങ്ങച്ചാരേ. ആ ജനലിനടിയിലൂടെ എന്നെകാണാമോ?

കുരങ്ങ് : ങ്ഹേ... കരടിച്ചേട്ടനല്ലേ അത്. കണ്ടില്ലേ. ആ വീട്ടിലിരുന്ന മുയൽ നമ്മെ നോക്കുന്നു.

മുയൽ : ഭാഗ്യം നമ്മൾ മൂന്നുപേരും ഈ മിണ്ടാപുരം ഗ്രാമത്തിൽത്തന്നെ എത്തിയല്ലോ.

കരടി : നമുക്ക് പുറത്തേക്കിറങ്ങിയാലോ?

കുരങ്ങ് : ശരിയാ. ഇപ്പോൾ ഇവിടെങ്ങും ആരുമില്ല.

മുയൽ : എന്നാൽ വാ. (*മൂന്നു പാവകളും നിരങ്ങിനീങ്ങി അടുത്തെത്തുന്നു*)

മുയൽ : ആ വീടിനകത്തിരുന്നു മടുത്തു.

കരടി : ഈ മിണ്ടാപുരം ഗ്രാമത്തിൽ ആരും അന്യോന്യം മിണ്ടാറേയില്ല.

കുരങ്ങ് : അതുകൊണ്ടല്ലേ മിണ്ടാപുരം എന്നു പേരു വന്നത്.

കരടി : ആ കച്ചവടക്കാരന്റെ കൂടെയായിരുന്നപ്പോൾ എന്തൊരു രസമായിരുന്നു.

കുരങ്ങ് : നേരാ. റോഡിലൂടെ പോകുന്ന ആളുകളെ കാണാം. വാഹനങ്ങൾകാണാം.

മുയൽ : ഹോ. എനിക്കിപ്പോൾ തുള്ളിച്ചാടാൻ തോന്നുന്നു.

കരടി : അതിനെന്താ, ഇപ്പോൾ നല്ല അവസരമല്ലേ.

നമുക്കു തുള്ളിച്ചാടാം.

കുരങ്ങ്   : എന്നാൽ വാ... (*മൂവരും ചുവടുവച്ച് വട്ടത്തിൽ
കറങ്ങി പാടുന്നു*)
ഡിംഡിം ണക്കിണ
ഡിംഡിം ണക്കിണഡും.. ഡിം ഡി
ണക്കിണ ഡിംഡി ണക്കിണ ഡും.

കരടി   : അതാ നമ്മെ വാങ്ങിച്ച കുട്ടികൾ വരുന്നു.

കുരങ്ങ്   : അവരാരും തമ്മിൽത്തമ്മിൽ മിണ്ടാറേയില്ല.

മുയൽ   : നമുക്കൊരു സൂത്രം പ്രയോഗിച്ചാലോ? (*മൂന്നു
പേരും കുശുകുശുക്കുന്നു. പിന്നീട് പരസ്പരം
സ്ഥലം മാറി നിൽക്കുന്നു*)

കുട്ടി   : (*മുയലിനടുത്തുചെന്ന്*)അയ്യോ ഇതു മുയലാണ
ല്ലോ. എന്റെ കരടിക്കുട്ടനെവിടെ? കരടിക്കുട്ടാ..
കരടിക്കുട്ടാ..

കുട്ടി   : (*കുരങ്ങിനടുത്തുചെന്ന്*) ഌേ ഇതു കുരങ്ങാണ
ല്ലോ. എന്റെ മുയലെവിടെ.. തുള്ളൻ മുയലേ..
തുള്ളൻ മുയലേ...

കുട്ടി   : (*കരടിയുടെ അടുത്തുചെന്ന്*) ഇതൊരു കരടിയാ
ണല്ലോ. എന്റെ കുരങ്ങച്ചാരെവിടെ? കുരങ്ങച്ചാ
രെ... കുരങ്ങച്ചാരേ...
(*മൂന്നു കുട്ടികളും ഉറക്കെവിളിച്ചുകൊണ്ട് നട
ക്കുന്നു*)
കരടിക്കുട്ടാ..
തുള്ളൻ മുയലേ..
കുരങ്ങച്ചാരേ..
(*കുട്ടികൾ ഒത്തുചേരുന്നു. പാവകൾ ഒത്തുചേ
രുന്നു*)

പാവകൾ   : (*ഉറക്കെ*) ഞങ്ങളിവിടെയുണ്ട്..

കുട്ടി   : (*കരടിയുടെ അടുത്തു ചെന്നു*)
കിട്ടിപ്പോയ്..... ഇതെന്റെ പാവയാ.

കുട്ടി II   : (*മുയലിനടുത്തു ചെന്ന്*) ഇതെന്റെയാ.

കുട്ടി III : (കുരങ്ങിനടുത്തു ചെന്ന്) ഇതെന്റെ കുരങ്ങച്ഛാ
രാ.

കരടി : ഹായ്... ഹായ് നിങ്ങൾ മൂന്നുപേരും ഇപ്പോൾ
സംസാരിച്ചല്ലോ.

മുയൽ : ഇനി മുതൽ നിങ്ങൾ നല്ല ചങ്ങാതിമാരാവില്ലേ.
ഞങ്ങളെപ്പോലെ.

കുരങ്ങൻ : ഇവരെ മാത്രമല്ല ഈ മിണ്ടാപുരം ഗ്രാമത്തിലെ
എല്ലാവരെയും നമുക്കു ചങ്ങാതിമാരാക്കണം.
തമ്മിൽ സംസാരിപ്പിക്കണം.

കുട്ടികൾ : ശരിയാ. എല്ലാവരെയും ചങ്ങാതിമാരാക്കണം.
സംസാരിപ്പിക്കണം.

കരടി : എന്നിട്ടുവേണം മിണ്ടാപുരം ഗ്രാമത്തിന് ഒരു
പുതിയ പേരിടാൻ.

എല്ലാവരും : അതെന്താ?

കരടി : സംസാരപുരം. (എല്ലാവരും ചിരിക്കുന്നു)

കരടി : എന്നാൽ വാ.
(താളത്തിൽ ചുവടുവച്ച് പാട്ടുപാടി മുന്നോട്ടു
നീങ്ങുന്നു.)
ഡീം ഡീം ണക്കിണ
ഡീം ഡീം ഡിണക്കിണഡീം
ഡീം ഡീം ണക്കിണ
ഡീം ഡീം ണക്കിണ ഡീം.
(മുയൽ, കുരങ്ങൻ, കുട്ടികൾ എന്നിവരും കര
ടിയെ അനുഗമിക്കുന്നു.)

4
കാവ്യനാടകം

അർഥവും ആശയവും ശരിക്കും മനസിലാക്കാതെ പദ്യഭാ ഗങ്ങൾ ഉരുവിട്ടു പഠിക്കുന്ന രീതിയിൽ നിന്ന് വ്യത്യസ്തമായി അതെങ്ങനെ രസിച്ചുപഠിക്കാമെന്നുള്ളതിന് ഉദാഹരണമാണ് ഈ കാവ്യനാടകം. മഹാകവി ഉള്ളൂരിന്റെ 'കളിയാടീടാൻ വരുമോ നീ' എന്ന പ്രശസ്ത കവിതയാണ് ഇതിനായി തെരഞ്ഞെടുത്തി രിക്കുന്നത്.

ഇതിലെ കഥാപാത്രങ്ങളായ പൈങ്കിളി, വണ്ട്, നായ എന്നി വയെ അനുകരിക്കുന്നതിന് കുട്ടികൾക്ക് നിരീക്ഷണപാടവം ആവ ശ്യമാണ്. ശബ്ദാനുകരണത്തിനും വ്യത്യസ്തമായ ചലനരീതി ഉൾക്കൊള്ളുന്നതിനും ഇത് സഹായിക്കും. ജീവജാലങ്ങളോട് നാം പുലർത്തേണ്ട മമതയും ഈ നാടകം വെളിവാക്കുന്നു.

നാമാവശേഷമായിക്കൊണ്ടിരിക്കുന്ന ചില നാടൻപാട്ടുകളും കളികളും ഈ നാടകത്തിൽ ഇണക്കിച്ചേർത്തിരിക്കുന്നു എന്നതും എടുത്തുപറയേണ്ട സവിശേഷതയാണ്.

കളിയാടീടാൻ വരുമോ നീ

കഥാപാത്രങ്ങൾ

കുട്ടി
പൈങ്കിളി
വണ്ട്
നായ

രംഗം 1

(**സ്കൂ**ളിൽ നിന്നുള്ള നീണ്ട മണിയടിശബ്ദം. അൽപ്പംകഴിഞ്ഞ് പ്രാർഥനയ്ക്കായുള്ള മണി. പശ്ചാത്തലത്തിൽ പ്രാർഥന.)

"ചന്തമേറിയ പൂവിലും
ശബളാഭമാം ശലഭത്തിലും
സന്തതം കരതാരിയെന്നൊരു
ചിത്രചാതുരികാട്ടിയും
ഹന്തചാരു കടാക്ഷമാലക-
ളർക്കരശ്മികൾ നീട്ടിയും
ചിന്തയാം മണി മന്ദിരത്തിൽ
വിളങ്ങുമീശനെ വാഴ്ത്തുവിൻ"

(വീണ്ടും മണിനാദം. മടിയനായ കുട്ടി. പുസ്തകങ്ങളുമായി
കടന്നു വരുന്നു.)

കുട്ടി : ഇല്ല. ഞാൻ സ്കൂളിൽ പോണില്ല. എനിക്കു പഠിക്കേ
ണ്ട. ഞാൻ കളിക്കും.

(പുസ്തകങ്ങൾ വലിച്ചെറിയുന്നു. തുള്ളിക്കളിച്ചു പാടുന്നു)

ചടുകുടു കുക്കുടു

കുക്കുടു ചടുകുടു

(ആവർത്തിച്ചു പാടിക്കൊണ്ട് മറുവശത്തേക്ക് മായുന്നു.)

രംഗം 2

(പലതരം പക്ഷികളുടെ കരച്ചിൽ. ചുള്ളിക്കമ്പുമായി
പൈങ്കിളി പാറിയെത്തുന്നു. കമ്പ് ഒരിടത്തായി ഇട്ട് ചകിരിനാരു
കൾ ശേഖരിക്കുന്നു. കുട്ടി, ചടുകുടു കുക്കുടു എന്നു പാടി
ക്കൊണ്ട് കടന്നുവരുന്നു. പൈങ്കിളി കാണുന്നു.)

കുട്ടി : (സന്തോഷം) ഹായ് പൈങ്കിളി
(കൈ പിറകിൽ കെട്ടി കഴുത്ത് അങ്ങോട്ടുമി
ങ്ങോട്ടും വെട്ടിച്ച്, അടിവെച്ചു നീങ്ങി, പാടി
ക്കൊണ്ട് ചോദിക്കുന്നു)
പൈങ്കിളി പൈങ്കിളിയേ
കളിയാടീയാൻ വരുമോ നീ

പൈങ്കിളി : (കഴുത്തിളക്കി, നിഷേധത്തോടെ മറുപടി ചൊല്ലു
ന്നു)
പാടില്ല, ചുള്ളികളാൽ
കൂടു ചമയ്ക്കാൻ പോകുന്നു

കുട്ടി : (അപേക്ഷ) ഞാൻ തനിച്ചാ. കുറച്ചുനേരം
കളിക്കാം പൈങ്കിളി.

പൈങ്കിളി : അയ്യോ കളിക്കാനൊന്നും നേരമില്ല കുട്ടി. എനി
ക്ക് കൂടുണ്ടാക്കണം.

കുട്ടി : (സഹികെട്ട്) കൂട്. കൂട്..എന്തിനാ കൂടുണ്ടാക്ക
ണത്?

പൈങ്കിളി : കൂട്ടിൽ എനിക്കു മുട്ടയിടണം. അതു വിരിയിക്ക

ണം. കുഞ്ഞുങ്ങളെ തീറ്റിപ്പോറ്റണം. ഞാൻ പോണുകുട്ടീ..

(ചകിരി നാരും ചുള്ളിക്കമ്പും കൊത്തിയെടുത്ത് പറന്നകലുന്നു.)

കുട്ടി   : ഉം.. പോ പോ.. നിനക്ക് ഞാൻ കണക്കിനു തരുന്നുണ്ട്. (സ്വയം) ഹോ. ആ പൈങ്കിളിയുടെ ഒരു കാര്യവിചാരം. (കുടുണ്ടാക്കണംപോലും!) പൈങ്കിളി പോയ വഴിയെ നോക്കി. അത്ര പത്രാസൊന്നും വേണ്ട കേട്ടോ. ഞാൻ തനിയെ കളിച്ചോളാം.

(ആലോചിച്ചുകൊണ്ട് നടക്കുന്നു. പെട്ടെന്ന് 'കിട്ടി.. കിട്ടി' എന്ന് ഉറക്കെവിളിച്ചു പറയുന്നു. അതിനുശേഷം തറയിൽ പടിഞ്ഞിരുന്ന് ഇടതുകൈപ്പത്തി കമഴ്ത്തിവച്ച് അതിനുമേൽ വലതു ചൂണ്ടുവിരൽ അമർത്തി ഒരു നാടൻ കളിപ്പാട്ട് പാടുന്നു)

"അത്തിക്കുത്തിപ്പതിനാറ്
ആരുപറഞ്ഞു പതിനാറ്
ഞാൻ പറഞ്ഞു പതിനാറ്
പതിനാറല്ലെങ്കെണ്ണിക്കോ."

(ചുറ്റിനും മറ്റു കുട്ടികളുണ്ടെന്ന സങ്കൽപ്പത്തിൽ അതിൽ ഒരാളോട്)

നീ പുറത്ത്. നീ പുറത്ത്

(വീണ്ടും കളി തുടരുന്നു. പാടുന്നു)

"അത്തളിയിത്തളി പറങ്കിത്താളി
സിറ്റ്മ സിറ്റ്മസ"

ഇപ്പൊ നീയും പുറത്ത് പോ. പോ..

(തുടർന്ന് വീണ്ടും കളി തുടങ്ങുന്നു)

'അക്കുത്തിക്കുത്താനവരുമ്പം
കല്ലേക്കുത്ത് കരിംകുത്ത്
അത്തളിയിത്തളി പറങ്കിത്താളി
സിറ്റ്മ സിറ്റ്മസ"

(ആലോചിച്ച്) അല്ലെങ്കിൽ ഈ കളിവേണ്ട. വേറൊരു കളി കളിക്കാം. (എഴുന്നേറ്റ് അങ്ങോട്ടും ഇങ്ങോട്ടും നടക്കുന്നു.

പെട്ടെന്ന് ആവേശത്തോടെ)

ആഹാ. അതുതന്നെ അതുതന്നെ (ചുറ്റിനും കൂട്ടുകാരു
ണ്ടെന്ന ഭാവേന അവരോരോരുത്തരുടെയും നേരെ മാറിമാറി
വിരൽ ചൂണ്ടി മറ്റൊരു നാടൻ കളിപ്പാട്ടു പാടുന്നു.)

"അരിപ്പോ തിരിപ്പോ തോരണിമംഗലം
പരിപ്പും പന്ത്രണ്ടാനേംകുതിരേം
പള്ക്കിട്ട പള്ക്കിട്ട പതിനാംവള്ളി
ക്കെന്തിൻ പൂ? മുരിക്കിൻ പൂ
മുരിക്കിന്നരികെ കിടന്നോളെ
കൊങ്ങായെണ്ണ കുടിപ്പൊളെ
അരക്കെട്ടു വെറ്റില തിന്നോളെ
അക്കരെയിക്കരെ നിൽക്കും
മാടപ്രാവിന്റെ കയ്യോ കാലോ
ചെത്തിക്കൊത്തി മടക്കാക്കോ."

(ഈ സമയം വണ്ടു മൂളിക്കൊണ്ടു പറന്നു വരുന്നു. ഓരോ
പൂവിലെയും തേൻ നുകരുന്നു.)

കുട്ടി   :   (സന്തോഷം) ദേ വണ്ടത്താൻ!
                (പമ്മിപ്പമ്മി അതിനെ പിറകെ നടക്കുന്നു.
                അതിനെ പിടിക്കാനായുന്നു. വണ്ടത്താൻ പറന്ന
                കന്ന് മറ്റൊരു പൂവിനുമേൽ ചെന്നിരിക്കുന്നു)

കുട്ടി   :   (ചാഞ്ഞുകുഴഞ്ഞ് വണ്ടത്താനോട് തിരക്കുന്നു)
                വണ്ടത്താനേ.. വണ്ടത്താനേ..
                കളിയാടീടാൻ വരുമോ നീ

വണ്ട്   :   (നിഷേധത്തോടെ)
                പാടില്ലാ പൂക്കളിലെ
                തേൻനുകരാൻ പോകുന്നു
                (മറ്റൊരിടത്തേക്ക് പറന്നകലുന്നു)

കുട്ടി   :   (അടുത്തുചെന്ന്) എന്തിനാ തേൻ നുകരണേ.
                വെള്ളം കുടിച്ചാൽപ്പോരെ?

വണ്ടത്താൻ :   (ചിരിച്ച്) പോര. ഞങ്ങളുടെ ഭക്ഷണമാണു തേൻ.
                മാത്രമല്ല. കൂടുതൽ കൂടുതൽ പൂക്കളുണ്ടാകുന്ന

തിന് ഞങ്ങൾ ജോലി ചെയ്യേണ്ടത് ആവശ്യമാണ്.

കുട്ടി : അതെന്തിന്?

വണ്ടത്താൻ: അതൊന്നും പറഞ്ഞുതരാൻ എനിക്കു നേരമില്ല കുട്ടീ. (ആലോചിച്ച്) കുട്ടി സ്കൂളിൽ പോണില്ലേ. അവിടെ നിന്ന് ഇതൊക്കെ പഠിക്കാലോ. (ശ്രദ്ധി ച്ച്) ഹായ്. നല്ല റോസാ പൂവ്. നിറയെ തേനുണ്ടാ വും. ഞാൻ പോട്ടെ.

(മൂളിക്കൊണ്ടു പറന്നുപോകുന്നു)

കുട്ടി : (നിരാശ) ഉം. വണ്ടും പോയി. പോട്ടെ.. പോട്ടെ. എല്ലാരും പോട്ടെ. എനിക്കെന്താ. ഞാൻ തനിയെ കളിച്ചോളാം.

(വണ്ടത്താൻ പോയ വഴിയെ നോക്കി ഉറക്കെ)

എനിക്കേയ് ആരുടേയും സഹായം ആവശ്യമില്ല. നിന്നു കളിക്കുന്ന 'പെണ്ണിനെത്തരുമോ' എന്ന കളി കുട്ടി ആരംഭി ക്കുന്നു. ആദ്യം ഒരുവശത്തു നിന്ന് മറുവശത്തേക്ക് അടിവച്ച് നീങ്ങി പാടുന്നു.

"ഒരു കോര്യപ്പൊന്നു തരാം
പെണ്ണിനെത്തരുമോ പാണ്ഡവരേ"...

(പിന്നീട് മറുവശത്തു ചെന്ന് ഇങ്ങോട്ടു നീങ്ങി മറുപടി ചൊല്ലുന്നു.)

"ഒരു കോര്യപ്പൊന്നും വേണ്ട
പെണ്ണിനെത്തരില്ല നൂറ്റവരേ"

വീണ്ടും ഒന്നാം സംഘത്തിനായി മാറി
"അടുക്കളേൽ കേറും ചട്ടിക്കലം പൊളിക്കും
ഇപ്പം പിടിക്കും പെണ്ണിനെ"
(മറുവശത്തേക്കു നീങ്ങി രണ്ടാം സംഘക്കാരനായി)
അടുക്കളേൽ കേറില്ല ചട്ടിക്കലം പൊളിക്കില്ല.
ഇപ്പം പിടിക്കൂല പെണ്ണിനെ."
(അകലെയായി നായയുടെ കുര. ശബ്ദം അടുത്തടുത്തുവരു ന്നു. നായ ഓടിക്കിതച്ചെത്തുന്നു)

നായ : കള്ളൻ.. കള്ളൻ.. ഭൗ ഭൗ

കുട്ടി : എന്താ എവിടേക്കാ ഓടുന്നത്?

നായ : കള്ളൻ ഒരു കരിമുട്ടൻ ഓടിപ്പോകുന്നതു കണ്ടില്ലേ? (കള്ളൻ കേൾക്കുന്നതിനായി ഉറക്കെ) ഇനിയെങ്ങാൻ ഇതുവഴി വന്നാൽ? കടിച്ചുകീറും. ഞാൻ ഭ്ഹാ.. (തിരിച്ചുപോകാൻ തുനിയുന്നു)

കുട്ടി : (പാടിക്കൊണ്ട് ചോദിക്കുന്നു) ചെറുനായെ ചെറുനായേ കളിയാടീടാൻ വരുമോ നീ?

നായ : (ചെറുതായി കുറച്ച് മറുപടി ചൊല്ലുന്നു) പാടില്ലാ യജമാന്റെ വാതിലുകാക്കാൻപോകുന്നു.

കുട്ടി : (അപേക്ഷ) കുറച്ചുകളിച്ചിട്ടു പോകാം. വാ

നായ : അയ്യോ പറ്റില്ല. നന്ദിയുള്ള മൃഗമാണ് ഞാൻ. യജ മാനൻ എന്നെ വളർത്തുന്നത് വീട്ടുകാവലിനാണ്. അവിടെ ഇപ്പോൾ ആരുമില്ല. എല്ലാവരും ജോലി ക്കുപോയിരിക്കുന്നു. ഞാനും എന്റെ പണിക്കുപോ ട്ടെ. ആ കള്ളൻ ഇനിയും വന്നാലോ? ഭൗ... ഭൗ... (കുരച്ചുകൊണ്ടു മറയുന്നു)

കുട്ടി : (നിരാശ) ആർക്കും കളിക്കാൻ നേരമില്ല. എല്ലാ വർക്കും അവരവരുടെ ജോലിയാണ് പ്രധാനം.

(താടിയിൽ, ഇരുകൈകളുമൂന്നി തറയിൽ ഇരിക്കുന്നു. ഏതാനും നിമിഷങ്ങൾ..

അകലെ സ്കൂളിൽ നിന്നും പീരീഡ് മാറുന്ന മണിയടി ശബ്ദം. കുട്ടിയിൽ ഭാവമാറ്റം. അവൻ സാവകാശം എഴുന്നേൽക്കു ന്നു. വലിച്ചെറിഞ്ഞ പുസ്തകങ്ങൾ ആദരവോടെ പെറുക്കിയെ ടുക്കുന്നു. അവ നെഞ്ചോടുചേർത്തു പിടിച്ച് സ്വയം പറയുന്നു.)

'ഇല്ല ഞാനിനി അലഞ്ഞു നടക്കില്ല.

എനിക്കു പഠിക്കണം.. എനിക്കു പഠിക്കണം."

തലകുനിച്ച് അവൻ പുറത്തേക്കു നടക്കുമ്പോൾ പശ്ചാത്ത ലത്തിൽ കുട്ടികൾ സംഘം ചേർന്നു പാടുന്നതു കേൾക്കാം:

"കളിയാതെ വേലക്കായ്
എല്ലാരും പോയപ്പോൾ
നാണിച്ചാ ചെറുപയ്യൻ
പോയല്ലോ കളരീലും."

5

സംഗീതശില്പം

ശ്രീ. എൻ വി കൃഷ്ണവാര്യരുടെ 'പഠിപ്പുതീർന്നാൽ' എന്ന കവിതയാണ് ഈ സംഗീതശില്പത്തിനാധാരം. കുട്ടികൾക്ക് ആടാനും പാടാനും അവസരം സൃഷ്ടിക്കുന്നതോടൊപ്പം കവിതാപാഠം രസിച്ചുപഠിക്കുന്നതിനുള്ള ഒരു ഉപാധി എന്ന നിലയ്ക്കുമാണ് ഇതു തയാറാക്കിയിട്ടുള്ളത്. മറ്റു വിഷയങ്ങൾകൂടി ഉൾപ്പെടുത്തിക്കൊണ്ടുള്ള പാഠബന്ധിത സമീപനവും ഇതിൽ സ്വീകരിച്ചിരിക്കുന്നു.

ഒരു ക്ലാസിലെ മുഴുവൻ കുട്ടികളെയും ഇതിൽ പങ്കാളികളാക്കാം. പാടാം കഴിവുള്ളവർ, നൃത്തത്തിൽ താൽപ്പര്യമുള്ളവർ, അഭിനയശേഷിയുള്ളവർ, ശബ്ദാനുകരണം നടത്താൻ പോന്നവർ, താളമേളക്കാർ എന്നിങ്ങനെ കുട്ടികളുടെ അഭിരുചിയും കഴിവും കണക്കിലെടുത്ത് അവരെ ചെറുസംഘങ്ങളായിത്തിരിക്കാം. ഇവർ എണ്ണത്തിൽ കൂടുതലാണെങ്കിൽ പല ഗ്രൂപ്പുകളായിത്തിരിഞ്ഞ്, ഒരു ഗ്രൂപ്പ് പരിപാടി അവതരിപ്പിക്കുകയും മറ്റുള്ളവർ സദസ്യരായിരിക്കുകയും ചെയ്യട്ടെ. തുടർന്ന് മറ്റു ഗ്രൂപ്പുകൾക്കും ഇതുപോലെ അവസരം ലഭിക്കുന്നു.

പഠിപ്പുതീർന്നാൽ

(പശ്ചാത്തലത്തിൽ ചോദ്യവും കൂട്ടായ ഉത്തരങ്ങളും:)

കുട്ടികളേ...

ഓ...

നല്ല കുട്ടികളേ...

ഓ...

പഠിപ്പുതീർന്ന് പള്ളിക്കൂടം വിട്ടുകഴിഞ്ഞാൽ നിങ്ങൾക്കൊക്കെ ആരായിത്തീരാനാണ് മോഹം.

എനിക്കു ഡോക്ടർ.

എനിക്കെഞ്ചിനീയർ

എനിക്കു ടീച്ചറാകണം

എനിക്ക് ഓട്ടോറിക്ഷാ ഡ്രൈവർ

– ചിരി –

എന്തിനാ ചിരിക്കണെ ഡ്രൈവറുടെ ജോലിയും നല്ലതുതന്നെ. അലക്കുകാരന്റെയും തൂപ്പുകാരന്റെയും ചെരുപ്പു കുത്തിയുടെ ജോലിപോലും മഹത്തരമാണ്.

ആട്ടെ, രമേഷ്, നിനക്ക് ആരായിത്തീരാനാണ് മോഹം?

കോറസ്   : നിനക്ക് ആരായിത്തീരാനാണ് മോഹം.

ഗായകർ   : പഠിപ്പുതീർന്നാൽ പള്ളിക്കൂടം
                 വിട്ടുകഴിഞ്ഞെന്നാൽ
                 പറയുക പറയുക പിന്നീടെന്തൊരു
                 പണിക്കു പോകും നീ?
കൃഷിക്കാരൻ : (മുതുകിൽ തൂമ്പായുമേന്തി കടന്നുവരുന്നു)
                 കൃഷിക്കു നമ്മുടെ പിതാക്കൾ ചെയ്തൊരു
                 തൊഴിൽക്കുപോകും ഞാൻ
                 സമർഥനെന്നെപ്പോലൊരു
                 കർഷകനുണ്ടാവില്ലെങ്ങും.

                 (മറുവശത്തേക്കു നീങ്ങുന്നു)
ഗായകർ   : ഹമ്മിങ്.. ഓ... ഓ...... ഓ....

(മറ്റൊരു കർഷകൻ കാളയെ പൂട്ടി എത്തുന്നു. (കാളകൾ മുഖംമൂടിയണിഞ്ഞ കുട്ടികൾ) പിറകിലായി കട്ട തല്ലി ഉടച്ചു കൊണ്ട് സ്ത്രീകൾ. വിത്തു വിതച്ചുകൊണ്ട് വേറൊരു കർഷ കൻ. ഇവർ വേലചെയ്ത് മറുവശത്തേക്ക് നീങ്ങുന്നു. തുടർന്ന് ഇരുവശങ്ങളിൽ നിന്നായി കൊയ്ത്തുകാരെത്തുന്നു.

കൊയ്ത്തു നൃത്തം. അതിനനുസൃതമായി ഗായകരുടെ വായ്ത്താരി.

ഗായകർ   : താരിളം തെയ്താരോ തെയ്യത്താര
                 താരിളം തെയ്യാരാ
                 താരിളം തെയ്യാരാ തെയ്യത്താരാ
                 താരിളം തെയ്യാരാ

നൃത്തക്കാർ നൃത്തം ചെയ്ത് എതിർദിശകളിലേക്ക് നീങ്ങു ന്നു. അപ്പോൾ ആദ്യകർഷകർ വീണ്ടുമെത്തുന്നു.

കർഷകൻ   : നിറഞ്ഞിടും നെൽപ്പത്തായങ്ങളു
                 മെന്നുടെ ആശകളും
                 നിറന്ന ലക്ഷ്മീ നർത്തന
                 വേദികയായിടുമെൻ രാജ്യം
                 (എതിർദിശയിലെത്തി മറയുന്നു)
ഗായകർ   : പഠിപ്പുതീർന്നാൽ പള്ളിക്കൂടം
                 വിട്ടുകഴിഞ്ഞെന്നാൽ

പറയുക പറയുക പിന്നീടെന്തൊരു
പണിക്കു പോകും നീ?

കച്ചവടക്കാരൻ : (തോളിൽ പണസഞ്ചിയുമായെത്തി)
പണം മുടക്കി കോടികണക്കിനു
കച്ചവടത്തിന്നായ്
തുനിഞ്ഞിടും ഞാൻ തൊഴിലതിൽ
നല്ലതുവേറൊന്നുണ്ടാമോ?

(പണം എണ്ണുന്നു (മൈമിങ്) പൊടുന്നനെ, നിശ്ചലനായി
നിൽക്കുന്നു. അപ്പോൾ റേഡിയോ പരസ്യത്തെ അനുസ്മരിപ്പി
ക്കുംവിധം പശ്ചാത്തലത്തിൽ നിന്ന്,)

"പുതുമയുള്ള വസ്ത്രങ്ങൾക്ക്, അനിൽ ഫാബ്രിക്സ്, ഷർട്ടു
കൾ, സാരികൾ, ബെഡ്ഷീറ്റുകൾ, യൂണിഫോം തുണിത്തരങ്ങൾ
തുടങ്ങിയ എല്ലാവിധ വസ്ത്രങ്ങൾക്കും അനിൽ ഫാബ്രിക്സ്."

(കച്ചവടക്കാരൻ മറ്റൊരുദിശയിലേക്ക് തിരിഞ്ഞ് പണം എണ്ണു
മ്പോൾ പരസ്യം വീണ്ടും.)

"ഈടുറ്റ കെട്ടിടങ്ങൾക്കും പാലങ്ങൾക്കും മനോഹര
സിമന്റ്. നാൽപ്പതുവർഷമായി പ്രവർത്തിച്ചുവരുന്ന മഹത്താ
യൊരു സ്ഥാപനത്തിന്റെ അതിമഹത്തായ ഉൽപ്പന്നം മനോഹര
സിമന്റ്.'

കച്ചവടക്കാരൻ : പാരിടമങ്ങു പരിഷ്കൃതമങ്ങു
ണ്ടെന്നുടെ വസ്തുക്കൾ
പെരുകും സമ്പത്തെന്നുടെ
നാടിനെ മാനിക്കും ലോകം
മാനിക്കും ലോകം..
(പോകുന്നു)

ഗായകർ : പഠിപ്പുതീർന്നാൽ പള്ളിക്കൂടം
വിട്ടുകഴിഞ്ഞെന്നാൽ
പറയുക പറയുക പിന്നീടെന്തൊരു
പണിക്കു പോകും നീ?

അധ്യാപിക : (പുസ്തകവുമായി കടന്നുവന്ന്)
നാട്ടിലശിക്ഷിതരായലയുന്ന

ശിശുക്കളെയെല്ലാം ഞാൻ
കുട്ടിമികച്ചൊരുവിദ്യാ
നിലയനമാരംഭിച്ചീടും
(വിദ്യാർഥികൾ കൂട്ടമായി വന്നിരിക്കുന്നു.)
(അധ്യാപിക ബോർഡിൽ എഴുതുന്നു (മൈമിങ്) തുടർന്ന്
എഴുതിയത് വായിച്ചു കൊടുക്കുന്നു)

അധ്യാപിക : വിദ്യാധനം സർവധനാൽ പ്രധാനം
             വിദ്യാർഥികൾ ഏറ്റുപറയുന്നു.

അധ്യാപിക : മാതാ പിതാ ഗുരു ദൈവം
             വിദ്യാർഥികൾ ആവർത്തിക്കുന്നു.

അധ്യാപിക : (ഒരു വിദ്യാർഥിനിയോട്) ഗീതാ. ഉറോ
             ഗീത എഴുന്നേൽക്കുന്നു.

അധ്യാപിക : (മേശ ചൂണ്ടിക്കാട്ടി) യെ ക്യാ ഹൈ?

ഗീത : യെ മേസ് ഹൈ.

അധ്യാപിക : ബൈഠോ (മറ്റൊരു വിദ്യാർഥിയോട്
             കസേര ചൂണ്ടിക്കാട്ടി) സോമൻ യെ ക്യാ
             ഹൈ?

സോമൻ : യെ കുർസി ഹൈ.

അധ്യാപിക : ഠീക്ക് ഹൈ. ബൈഠോ. (വേറൊരു കുട്ടി
             യോട്
             മേശയ്ക്കു മുകളിലെ പുസ്തകം കാണി
             ച്ച്.)
             മേസ് പർ ക്യാ ഹൈ?

നസീമ : മേസ് പർ കിത്താബ് ഹൈ.

അധ്യാപിക : അച്ഛാ (എല്ലാവരോടുമായി) ആൾ
             സ്റ്റാൻഡ് അപ്പ്.
             കുട്ടികൾ എഴുന്നേൽക്കുന്നു

അധ്യാപിക : സേ ദ റെയിം എ ബി സി ഡീ
             കുട്ടികൾ ചൊല്ലുന്നു.
             എ ബി സി ഡി ഇ എഫ് ജി എച്ച് ഐ
             ജെ കെ എൽ എം എൻ ഓ പി ക്യു ആർ

എസ് റ്റി യു വി ഡബ്ല്യു എക്സ് വൈ
സെഡ്

അധ്യാപിക : ഗുഡ് (എല്ലാവരോടുമായി) റൈറ്റേൺ,
ലഫ്റ്റേൺ, ഫ്രണ്ട്.

കുട്ടികൾ ടീച്ചറുടെ നിർദേശമനുസരിച്ച് ഇരുവശങ്ങളി
ലേക്കു തിരിയുന്നു. നേരെ നിൽക്കുന്നു.

അധ്യാപിക : ഇനി രണ്ടിന്റെ ഗുണനപ്പട്ടിക ചൊല്ലൂ.

കുട്ടികൾ : ദേശഭക്തിഗാനങ്ങളിലുൾപ്പെട്ട തമിഴ്
ഗാനത്തിന്റെ ഈരടികളാണിത് (*ഗാനരൂ
പത്തിൽ ചൊല്ലുന്നു*)
ഓ രണ്ട് രണ്ട് ഈരണ്ട് നാല്
മൂരണ്ടാറ് നാൽരണ്ടെട്ട്
(*3 തവണ ആവർത്തനം*)

മണിയടി ശബ്ദം

അധ്യാപിക : ഇനി പോയി കളിച്ചോളൂ.
വിദ്യാർഥികൾ ആർപ്പുവിളിയോടെ പുറ
ത്തേക്ക്

അധ്യാപിക : വിദ്യാദാനം കണക്കുവേറെ
ദാനമതുണ്ടാമോ?
വിദ്യാധനമൊടു കിടനിൽക്കുന്നൊരു
ധനവും മറ്റുണ്ടോ?
(*പോകുന്നു*)

ഗായകർ : പഠിപ്പുതീർന്നാൽ പള്ളിക്കൂടം
വിട്ടുകഴിഞ്ഞെന്നാൽ
പറയുക പറയുക പിന്നീടെന്തൊരു
പണിക്കു പോകും നീ?

പട്ടാളക്കാരൻ : (*മാർച്ച് ചെയ്ത് കടന്നുവരുന്നു*)
പഠിപ്പുതീർന്നാൽ പട്ടാളത്തിൽ
പോയിച്ചേരും ഞാൻ.
പടനായകനായ് ഭാരതരാജ്യം

പരിപാലിക്കും ഞാൻ.
(സല്യൂട്ട് ചെയ്തു നിൽക്കുന്നു. മറ്റുകുട്ടികൾ പട്ടാളക്കാ
രെപ്പോലെ മാർച്ചു ചെയ്തെത്തുന്നു.)
(മാർച്ചിങ് സോങ് രീതി)

ഗായകർ   : ഇന്ത്യ എന്റെ രാജ്യം
                  എന്റെ സ്വന്തം രാജ്യം
                  ഇന്ത്യയെന്റെ ജീവനേക്കാൾ
                  ജീവനായ രാജ്യം   (2)
                  ഇന്ത്യ എന്റെ രാജ്യം.

(കുട്ടികളും പട്ടാളക്കാരനും മാർച്ച് ചെയ്തു മറയുന്നു.)
ഗായകർ   : പഠിപ്പുതീർന്നാൽ പള്ളിക്കൂടം
                  വിട്ടുകഴിഞ്ഞെന്നാൽ
                  പലപല പണികളിലേർപ്പെട്ടാലും
                  മറന്നിടാ ഞങ്ങൾ

(കുട്ടികൾ ഇരുവശങ്ങളിൽ നിന്നായി ചടുലതാളത്തിൽ ചുവ
ടുവെച്ചെത്തുന്നു.)
ഗായകർ   : മാതൃധരിത്രിയെ ബഹുമാനിക്കാ
                  നവൾക്കു പുകഴേറ്റാൻ   (2)
                  മാതൃധരിത്രീപദാംബുജത്തിൽ
                  പ്രാണനുമർപ്പിക്കാൻ

(ഈ വരികൾ ആവർത്തിക്കപ്പെടുമ്പോൾ മധ്യത്തിൽ ഒരു
കുട്ടി ഭാരതമാതാവായി നിൽക്കുകയും മറ്റുള്ളവർ അവൾക്കു
ചുറ്റുമായി താമരപ്പൂവുപോലെ വിടർന്നു നിൽക്കുകയും ചെയ്യു
ന്നു.)

6
റോൾപ്ലേ

ഓരാശയമോ സംഭവോ വിശദമാക്കുന്നതിന് ഒരു വ്യക്തി മറ്റൊരാളായി മാറുന്നു. അയാളുടെ രീതിയിൽ സംസാരിക്കുന്നു. ഇതാണ് 'റോൾപ്ലേ.' കുട്ടികൾ തന്നെ അധ്യാപകരും വിദ്യാർഥി കളുമായി കളിക്കുന്നതും അച്ഛനമ്മമാരായി അഭിനയിക്കുന്നതും സാധാരണമാണണല്ലോ.

റോൾപ്ലേയിലൂടെ വ്യത്യസ്ത വിഭാഗം ജനങ്ങളുടെ ഭാഷാ ശൈലിയും പദപ്രയോഗരീതിയും പരിചയിക്കാൻ അവസരം ലഭി ക്കുന്നു. ബോധനപാടവം മെച്ചപ്പെടുത്താൻ ഈ രീതി സഹാ യിക്കുന്നു. സാമൂഹിക ബോധം വർധിപ്പിക്കാനും ഇത് വഴിയൊ രുക്കുന്നു.

പാഠഭാഗങ്ങളിലെ അവ്യക്തവും അമൂർത്തവുമായ ആശയ ങ്ങൾ റോൾപ്ലേയിലൂടെ അവതരിപ്പിക്കുകയാണെങ്കിൽ ക്ലാസിലെ ഏത് കുട്ടിക്കും അത് ആസ്വാദ്യകരവും ഓർമയിൽ തങ്ങി നിൽക്കുന്ന അനുഭവവുമാകാം.

ധീരദേശാഭിമാനി സിറാജ്-ഉദ്-ദൗളയെക്കുറിച്ച് ചരിത്രപാ ഠപുസ്തകത്തിൽ പഠിക്കാനുണ്ടല്ലോ. ബ്രിട്ടീഷുകാരുടെ 'ഭിന്നി പ്പിച്ചു ഭരിക്കൽ തന്ത്രത്തിന് ഇരയായിരുന്നു ആ ചരിത്രപുരു ഷൻ. അതിനിടയാക്കിയ സംഭവമാണ് "സിറാജ്-ഉദ്-ദൗള" എന്ന റോൾപ്ലേയ്ക്ക് അവലംബം.

സിറാജ്–ഉദ്–ദൗള

കഥാപാത്രങ്ങൾ

സിറാജ്–ഉദ്–ദൗള
മിർജാഫർ
അമീർ ചന്ദ്
റോബർട്ട് ക്ലൈവ്
ഭടന്മാർ
ഭൃത്യൻ
കാര്യക്കാരൻ
അവതാരകൻ (ശബ്ദം മാത്രം)

ഇന്ത്യ ഏറെക്കാലം വിദേശീയരുടെ ഭരണത്തിൻകീഴിലാ
യിരുന്നു. പോർച്ചുഗീസുകാരും ഡച്ചുകാരും ഫ്രഞ്ചുകാരും
ബ്രിട്ടീഷുകാരും ഓരോ കാലത്തായി ഇവിടെ ആധിപത്യം
പുലർത്തി.

ചതിച്ചും കൊന്നും തമ്മിലടിപ്പിച്ചും ഇന്ത്യക്കാരെ കീഴ്പെ
ടുത്തിയവരായിരുന്നു കച്ചവടത്തിന്റെപേരിൽ ഇവിടെ
യെത്തിയ ബ്രിട്ടീഷുകാർ.

1757 ലെ പ്ലാസിയുദ്ധം ബ്രിട്ടീഷ് ആധിപത്യത്തിനെ
തിരെയുള്ള ആദ്യത്തെ ചെറുത്തുനിൽപ്പായിരുന്നു. ഇതിന്

തുടക്കം കുറിച്ച ധീരദേശാഭിമാനികളിൽ പ്രമുഖനായി രുന്നു ബംഗാളിലെ നവാബായ സിറാജ്-ഉദ്-ദൗള.

(ഉറക്കെ ആവർത്തിക്കുന്നു)
"സിറാജ്-ഉദ്-ദൗള"

സിറാജ്	:	(പ്രവേശിച്ച്, അസ്വസ്ഥനായി നടന്നുകൊണ്ട്) ഇല്ല. ഇല്ല നാം ഇതിനു വഴങ്ങില്ല. ഈസ്റ്റ്ഇന്ത്യാ കമ്പ നിയുടെ പേരിൽ കച്ചവടത്തിനായെത്തി ഓരോ നാടും പിടിച്ചടക്കുകയാണവർ. കൂടാരത്തിൽ തല ചായ്ക്കാനിടം കിട്ടിയ ഒട്ടകത്തെപ്പോലെ. ആത്മാ ഭിമാനമുള്ള ഒരു നാട്ടുരാജാവിനും ഇത് സഹി ക്കാൻ കഴിയില്ല. (അകത്തേക്ക് നോക്കി) ആര വിടെ?

		(ഒരു ഭടൻ പ്രവേശിക്കുന്നു).

ഭടൻ	:	(പ്രവേശിച്ച്) ഉത്തരവ്.

സിറാജ്	:	പട്ടാളത്തലവൻ മിർജാഫറിനെയും നമ്മെ ആളും അർഥവും കൊണ്ട് സഹായിക്കുന്ന കച്ചവടപ്ര മാണി അമീർ ചന്ദിനോടും ഉടൻ എത്താൻ പറ യൂ.

ഭടൻ	:	കൽപ്പിച്ചതുപോലെ (വണങ്ങി, പോകുന്നു)

സിറാജ്	:	(സ്വയം) എന്തിനീ നവാബ് സ്ഥാനം? ആത്മാഭി മാനമാണ് എല്ലാത്തിലും വലുത്. ഹും.. ബ്രിട്ടീഷു കാരന്റെ അടിമയായി കഴിയണമത്രെ. അതിലും ഭേദം വീരമൃത്യുവാണ്. ഭീരുക്കളായ ചില നാടു വാഴികളെപ്പോലെ വെള്ളക്കാരൻ സായ്പ്പിന്റെ കാൽക്കീഴിൽ ഞെരിഞ്ഞമരാൻ ഈ സിറാജിനെ കിട്ടില്ല. (മിർജാഫറും അമീർചന്ദും പ്രവേശിക്കു ന്നു)

മിർജാഫർ	:	നവാബിന് വന്ദനം.

അമീർചന്ദ്	:	വന്ദനം പ്രഭോ. അങ്ങ് വിളിപ്പിച്ചത്....

സിറാജ്	:	കാര്യമുണ്ട്. നമ്മുടെ കോട്ടയും അവർ പിടിച്ചട ക്കി. കോട്ടകൊത്തളങ്ങൾ രാജ്യത്തിന്റെ സുരക്ഷി

തത്വത്തിനാണ്. അത് ബ്രിട്ടീഷുകാരന്റെ കച്ചവട സാധനങ്ങൾ സൂക്ഷിക്കാനുള്ളതല്ല. അതിന് നില വറ മതി. നാം ഈ കാര്യം ബ്രിട്ടീഷുകാരെ അറി യിക്കാൻ പോകുകയാണ്. മിർജാഫർ എന്തുപറ യുന്നു?

മിർജാഫർ : ഒന്നുകൂടി ആലോചിച്ചുമതിയെന്നാണ് ഈയുള്ള വന്റെ അഭിപ്രായം. സൈനികമായും സാമ്പത്തി കമായും നാം ബ്രിട്ടീഷുകാരെക്കാൾ വളരെ പിന്നി ലാണ്.

സിറാജ് : അതുകൊണ്ട്? ആത്മാഭിമാനം പണയപ്പെടുത്തി നാം എന്നും അവരുടെ അടിമയായിക്കഴിയണമെ ന്നാണോ? നമ്മുടെ പൂർവികർ കാണിച്ചുതന്ന വഴി അതല്ല. അത് വീര്യത്തിന്റെയും ശൗര്യത്തിന്റെയും വഴിയാണ്.

അമീർചന്ദ് : ബ്രിട്ടീഷുകാരെ വെറുപ്പിക്കാതെ നയത്തിൽ കഴി യുകയാണ് നമുക്ക് നന്ന്. ഇവിടുത്തെ നാട്ടുരാജാ ക്കന്മാരിൽ പലരും അവരോടൊപ്പമാണ്.

സിറാജ് : അമീർചന്ദ്. താങ്കൾ ഒരു ഭീരുവിനെപ്പോലെ സംസാരിക്കുന്നു. നാടുവാഴികളെ പ്രീതിപ്പെടു ത്തിയും തമ്മിലടിപ്പിച്ചും ബ്രിട്ടീഷുകാർ പല പ്രദേ ശങ്ങളും കൈക്കലാക്കി. ബംഗാളും ആ വഴിക്കാ കണമെന്നാണോ താങ്കൾ ആഗ്രഹിക്കുന്നത്? ഇല്ല; സിറാജ്-ഉദ്-ദൗളയുടെ ശിരസ്സ് ആരുടെ മുന്നിലും കുനിയില്ല. നിങ്ങൾക്കു പോകാം.
(രണ്ടുപേരും പോകുന്നു)

സിറാജ് : ആരവിടെ? കാര്യക്കാരനെ വിളിക്കൂ.
(അസ്വസ്ഥതയോടെ നടക്കുന്നു)

കാര്യക്കാരൻ : *(പ്രവേശിച്ച്)* ഇവിടുന്ന് വിളിച്ചോ?

സിറാജ് : ഉം. ബ്രിട്ടീഷുകാർ നമ്മുടെ കോട്ടയിൽ നിന്ന് ഉടൻ ഒഴിയണം. ഈ സന്ദേശം എത്രയും പെട്ടെന്ന് അവർക്ക് എത്തിക്കാനുള്ള ഏർപ്പാടുകൾ ചെയ്യൂ.

കാര്യക്കാരൻ : ഉത്തരവുപോലെ *(പോകുന്നു)*

സിറാജ് : (സ്വയം) യുദ്ധമെങ്കിൽ യുദ്ധം. വീരന്മാർക്ക് മരണം
ഒരിക്കലേയുള്ളൂ. ഭീരുക്കൾക്കേ.. പലതവണ... (പോ
കുന്നു)

രംഗം 2

(റോബർട്ട് ക്ലൈവിന്റെ ബംഗ്ലാവ്)

ക്ലൈവ് : (ഇംഗ്ലീഷ് ചുവയുള്ളശൈലിയിൽ) ഹ.. ഹ.. ഹ..
ചെറുതും വലുതുമായ ഓരോ നാടും നമ്മുടെ
കാൽക്കീഴിൽ. അങ്ങനെ ബ്രിട്ടീഷ് സാമ്രാജ്യം
വലുതായി.. വലുതായി.. ഹ.. ഹ.. ഹ... ബ്രിട്ടീഷ്
സൈന്യത്തലവൻ റോബർട്ട് ക്ലൈവ് ആരെന്ന് ഈ
പീക്കിരി നാട്ടുരാജാക്കന്മാർ അറിയട്ടെ.

ഭൃത്യൻ : (പ്രവേശിച്ച്) പ്രഭോ. രണ്ടുപേർ അങ്ങയെ
കാണാൻ വന്നിരിക്കുന്നു.

ക്ലൈവ് : ഉം വരാൻ പറയൂ.
(ഭൃത്യൻ പോകുന്നു. മിർജാഫറും അമീർചന്ദും
കടന്നുവരുന്നു.)

മിർജാഫർ : സേനാധിപാ വണക്കം.

അമീർചന്ദ് : റോബർട്ട് ക്ലൈവ് വിജയിച്ചാലും.

ക്ലൈവ് : രണ്ടുപേർക്കും നമ്മുടെ കുപ്പുകൈ. റോബർട്ട്
ക്ലൈവ് എളുപ്പം വിജയിക്കണമെങ്കിൽ നമുക്ക്
നിങ്ങളുടെ രണ്ടുപേരുടെയും സഹായം ആവശ്യ
മാണ്.

മിർജാഫർ : ഞങ്ങളെ എന്തിനാണാവോ വിളിച്ചുവരുത്തിയത്?

ക്ലൈവ് : മിർജാഫർ, നിങ്ങൾ സിറാജ്-ഉദ്-ദൗളയുടെ
സേനാനായകനാണല്ലോ. ദൗളയുമായി പ്ലാസി
യിൽ നാം ഏറ്റുമുട്ടാനൊരുങ്ങുന്നു. നിങ്ങൾ
നമ്മുടെ ഭാഗത്ത് നിൽക്കണം. ഈ സഹായ
ത്തിനുപകരം നാം നിങ്ങൾക്കൊരു രാജ്യം
നൽകാം. ഒരു കൊച്ചു നാട്ടുരാജ്യം. സിറാജ്-ഉദ്-
ദൗളയുടെ സേനാനായകനേക്കാൾ വലിയ
സ്ഥാനം.

മിർജാഫർ : മതി.. മതി. ഈയുള്ളവന് സന്തോഷമായി. ഈ
ജന്മം നേടാൻ കഴിയാത്ത സൗഭാഗ്യമാണ് അങ്ങെ
നിക്ക് നൽകുന്നത്. ഇനിയുള്ള കാലം അങ്ങയുടെ
വിശ്വസ്തനായി കഴിഞ്ഞോളാം.

ക്ലൈവ് : അമീർചന്ദ്. നിങ്ങൾക്കെന്തുവേണം?

അമീർചന്ദ് : എല്ലാം അങ്ങയുടെ ഇഷ്ടം.

ക്ലൈവ് : പ്ലാസിയുദ്ധത്തിൽ നിങ്ങൾ നമ്മെ സഹായിക്ക
ണം. സിറാജ്-ഉദ്-ദൗളയെ എത്രയും പെട്ടെന്ന്
തോൽപ്പിക്കാൻ   നമുക്ക്   കഴിയണം.
അതിനുവേണ്ടുന്ന എല്ലാ സഹായവും നാം നിങ്ങ
ളിൽ നിന്ന് പ്രതീക്ഷിക്കുന്നു.

അമീർചന്ദ് : തീർച്ചയായും സിറാജ്-ഉദ്-ദൗളയെ തോൽപ്പി
ക്കാൻ വേണ്ടതെല്ലാം ഞാൻ ചെയ്യാം. ബംഗാൾ,
ബ്രിട്ടീഷ് സാമ്രാജ്യത്തോട് ചേർക്കുന്നതിൽ
നമുക്ക് സന്തോഷമേയുള്ളൂ.

ക്ലൈവ് : ഭേഷ്! നമുക്ക് സന്തോഷമായി. അമീർചന്ദ്. ഈ
പ്രത്യുപകാരത്തിന് നിങ്ങൾക്കു നൽകാൻ പോകു
ന്നത് ദശലക്ഷക്കണക്കിന് രൂപയാണ്.

അമീർചന്ദ് : എനിക്ക് വിശ്വാസം വരുന്നില്ല. ജീവിതകാലം മുഴു
വൻ കഠിനമായി അധ്വാനിച്ചാൽപോലും ലഭി
ക്കാത്ത തുക. (ആവേശത്തോടെ) റോബർട്ട്
ക്ലൈവ് വിജയിക്കട്ടെ! ബ്രിട്ടീഷ് സാമ്രാജ്യം
നീണാൾ വാഴട്ടെ!

ക്ലൈവ് : ഈ കൂടിച്ചേരൽ നമുക്കൊന്ന് ആഘോഷിക്കണം.
വരൂ.
(മൂന്നുപേരും ചിരിച്ചുകൊണ്ട് ബംഗ്ലാവിനക
ത്തേക്ക് പോകുന്നു)

അവതാരകൻ : ചതിയിലകപ്പെട്ട സിറാജ്-ഉദ്-ദൗളയെ തോൽപ്പി
ക്കാൻ റോബർട്ട് ക്ലൈവിന് ഒരു പ്രയാസവുമുണ്ടാ
യില്ല. അദ്ദേഹം പിടിയിലായി. ശരീരം
തുണ്ടുതുണ്ടായി മുറിക്കപ്പെട്ടു.

ഇങ്ങനെ എത്രയെത്ര ധീരദേശാഭിമാനികൾ..

വിദേശാധിപത്യത്തെ എതിരിട്ട് വീരചരമം പ്രാപിച്ച സിറാ
ജ്-ഉദ്-ദൗളയെപ്പോലെയുള്ള ഇന്ത്യയുടെ വീരപുത്രന്മാർ
എന്നെന്നും സ്മരിക്കപ്പെടും.

7
പാവനാടകം

മനുഷ്യകരങ്ങളാൽ യഥേഷ്ടം ചലിപ്പിക്കാൻ കഴിയുന്ന പാവ കളാണ് 'പപ്പറ്റ്'. കയ്യുറപ്പാവ, കോൽപ്പാവ, ചരടുപാവ എന്നി ങ്ങനെ വ്യത്യസ്തയിനം പപ്പറ്റുകളെ നിർമിക്കാം. മനുഷ്യനോ മൃഗമോ പക്ഷിയോ ഇഴജന്തുക്കളോ ഏതും കഥാപാത്രമാകാം. പക്ഷെ, നിർമാണത്തിനുമുൻപ് അവയുടെ ആകൃതി, വലിപ്പം, ആൺപെൺ വ്യത്യാസം, വേഷം എന്നിവയെക്കുറിച്ചുള്ള ധാരണ ആവശ്യമാണ്.

പാവകൾ കഥാപാത്രങ്ങളായി വരുന്നതുകൊണ്ട് അവയെ യഥോചിതം ചലിപ്പിക്കാനുള്ള ലഘുപരിശീലനം ആവശ്യമാ ണ്. സംഭാഷണവും ചിരിയും കരച്ചിലുമൊക്കെ പാവയെ ചലി പ്പിക്കുന്നവർ തന്നെയാണ് ചെയ്യുന്നത്. രസകരമായ ഒരനുഭവ മാണിത്.

പലകാരണങ്ങളാൽ, മറ്റു നാടകങ്ങളിൽ നേരിട്ട് രംഗത്തു വരാൻ കഴിയാത്ത കുട്ടികൾക്ക്, ശബ്ദത്തിലൂടെയും കൈയുടെ ചലനത്തിലൂടെയും തങ്ങളുടെ പ്രാഗത്ഭ്യം തെളിയിക്കാൻ കഴി യുന്ന അവസരം കൂടിയാണ് പാവനാടകാവതരണം. വൈകല്യ മുള്ള കുട്ടികളുടെ മാനസികമായ ഉത്തേജനത്തിനും പേശീച ലനത്തിനും 'പാവകളി' ഫലം ചെയ്യുന്നതായി ഗവേഷകർ കണ്ടെ ത്തിയിട്ടുണ്ട്.

ഒന്നാം ലോകമഹായുദ്ധത്തിൽ ഹിരോഷിമയിൽ വീണ ആറ്റംബോബിന്റെ കെടുതിയിൽ ജീവൻ നഷ്ടപ്പെട്ട 'സഡാക്കോ സുസുക്കി' എന്ന കുട്ടിയുടെ കഥയാണ് ഇതേപേരിലുള്ള പാവ നാടകത്തിന്നാധാരം. ഇനിയൊരുയുദ്ധം ആവർത്തിക്കരുതെന്ന ശക്തമായ സന്ദേശവും സമൂഹത്തിനു മുന്നിൽ ഈ നാടകത്തിന് നൽകാനുണ്ട്.

സഡാക്കോ സുസുക്കി

കഥാപാത്രങ്ങൾ

അമ്മ
സഡാക്കോ സുസുക്കി
ചിസുക്കോ
ഡോക്ടർ
നഴ്സ്

(പാവക്കൂടിന്റെ മുൻ കർട്ടൻ ഉയരുന്നു. പിൻ കർട്ടൻ കറുപ്പ്. ജാപ്പനീസ് വേഷത്തിൽ ഒരു ആൺപാവ കടന്നുവന്നു.)

ഓർമയില്ലേ, ആ ദിവസം? 1945 ആഗസ്ത് 6. അന്ന് ജപ്പാ നിലെ ഹിരോഷിമാ നഗരത്തിനു മുകളിൽ യുദ്ധവിമാനങ്ങൾ ഇരമ്പിപ്പാഞ്ഞു.

പാവ, അപ്രത്യക്ഷമാകുന്നു.

യുദ്ധപശ്ചാത്തലം. വിമാനങ്ങൾ ഇരമ്പിപ്പായുന്ന ശബ്ദം.

കൂട്ടനിലവിളി ഉയരുന്നു.

അയ്യോ; ബോംബ് വീണേ.. ഹിരോഷിമയിൽ ബോംബു വീണേ. ജപ്പാൻ കത്തിയെരിയുന്നേ..

തുടർന്ന് ഒരു കൊച്ചുകുഞ്ഞിന്റെ നിർത്താതെയുള്ള കര ച്ചിൽ.

ആംബുലൻസിന്റെ ഇടവിടാതെയുള്ള ശബ്ദം!

കറുത്ത പിൻകർട്ടനു പകരം പാവക്കൂട്ടിൽ 'റെഡ് ക്രോസ് ഹോസ്പിറ്റൽ' എന്നു ബോർഡുള്ള ആസ്പത്രിക്കെട്ടിടത്തിന്റെ കർട്ടൻ കാണാം.

ഒന്നുരണ്ടു നഴ്സുമാർ പരിഭ്രാന്തരായി അങ്ങോട്ടുമിങ്ങോട്ടും ഓടുന്നു.

അമ്മ : (കടന്നു വന്ന് ഒരു നഴ്സിനെ തടഞ്ഞു നിർത്തി) സിസ്റ്റർ എന്റെ കുട്ടിക്കെന്തുപറ്റി? എന്റെ സഡാക്കോ മോൾക്കെന്തുപറ്റി? ഒന്നു നിൽക്ക ണേ.. അയ്യോ എന്റെ കുട്ടി...
  (നഴ്സ് ഒന്നും പറയാതെ പോകുന്നു. ഡോക്ടർ കടന്നുവരുന്നു)

അമ്മ : ഡോക്ടർ, എന്റെ മോൾ.. എന്റെ സഡാക്കോ മോൾ. അവൾക്കെങ്ങനെയുണ്ട്?

ഡോക്ടർ : പരിഭ്രമിക്കാതിരിക്കൂ. സഡാക്കോയ്ക്ക് ഇപ്പോൾ സുഖമുണ്ട്. അവൾക്ക് സ്കൂളിൽവച്ച് എന്താണ് സംഭവിച്ചത്?

അമ്മ : നല്ല ഓട്ടക്കാരിയാണവൾ. ഓട്ടമത്സരത്തിൽ പങ്കെ ടുക്കുന്നതിനിടയിൽ തളർന്നുവീണു. ക്ലാസ് ടീച്ചറും മറ്റ് അധ്യാപകരും ചേർന്നാണ് അവളെ ഇവിടെ എത്തിച്ചത്. വിവരമറിഞ്ഞ് ഞാൻ ഇപ്പോൾ വന്നതേയുള്ളൂ.

ഡോക്ടർ : കുട്ടിയുടെ അച്ഛനെവിടെ?

അമ്മ : ജോലിസ്ഥലത്താണ്. വിവരമറിയിച്ചിട്ടുണ്ട്. ഉടനെ ത്തും.

ഡോക്ടർ : നിങ്ങൾ ധൈര്യത്തോടെയിരിക്കണം. സഡാക്കോവിന് സന്തോഷം പകരണം. അവളുടെ മുന്നിൽ ദുഃഖം കടിച്ചമർത്തണം.

അമ്മ : ഡോക്ടർ അങ്ങെന്താണു പറഞ്ഞുവരുന്നത്?

ഡോക്ടർ : ഞാനൊരു സത്യം പറയാം. ശാന്തമായി കേൾക്ക ണം. സഡാക്കോവിന് ബ്ലഡ് ക്ലാൻസറാണ്. ലുക്കീ

മിയ. അതായത് രക്താർബുദം. അതിന് ചികിത്സ
യില്ല. ഫലപ്രദമായ മരുന്നില്ല.

അമ്മ : എന്ത്? എന്റെ കുട്ടിക്ക് ഈ മാറാരോഗം എങ്ങനെ
പിടിപെട്ടു ഡോക്ടർ?

ഡോക്ടർ : അണുപ്രസരണം നിമിത്തം. പന്ത്രണ്ടുവർഷം
മുൻപ് ഈ ഹിരോഷിമയിൽ ബോംബു വീണില്ലേ?
അതിന്റെ വിഷാംശങ്ങൾ അവളുടെ ശരീരത്തിലു
ണ്ട്. അന്ന് എത്രപേരാണ് മരിച്ചത്? എത്രപേർ ജീവ
ച്ഛവങ്ങളായി. അതിനൊരിരയാണ് സഡാക്കോ
(ഡോക്ടർ പോകുന്നു)

അമ്മ : എന്റെ മോൾ. എന്റെ മോൾ.. ഡോക്ടർ.. *(ഡോക്ട
റുടെ പിന്നാലെ കരഞ്ഞുകൊണ്ട് പോകുന്നു.)*

രംഗം 2

*(രോഗശയ്യയിൽ സഡാക്കോ. അടുത്ത് അവളുടെ അമ്മ.
കൂടെ ഡോക്ടർ)*

അമ്മ : മോളെ എന്റെ പൊന്നുമോളെ *(കെട്ടിപ്പിടിക്കുന്നു)*

സഡാക്കോ : അമ്മേ, അച്ഛനെവിടെ?

അമ്മ : അച്ഛനിപ്പോഴെത്തും. എങ്കിലും എന്റെ പൊന്നുമോ
ളേ. നിനക്കീ ഗതി വന്നല്ലോ.

ഡോക്ടർ : *(അമ്മയോട്)* ശ്. പറഞ്ഞതോർമയുണ്ടല്ലോ.
(കുട്ടിയോട്) മോളേ ഇപ്പോൾ ആശ്വാസം തോന്നു
ന്നില്ലേ?

സഡാക്കോ : എന്റെ ക്ഷീണമെല്ലാം മാറി ഡോക്ടറങ്കിൾ. എനി
ക്കിനി സ്കൂളിൽച്ചെന്ന് വീണ്ടും ഓടാമോ?

ഡോക്ടർ : ഉഹാ.. കുറച്ചുനാൾ വിശ്രമിക്കേണ്ടിവരും. അമ്മ
യുടെ അടുത്ത് നല്ല മോളായി വർത്തമാനം പറ
ഞ്ഞുകൊണ്ടിരിക്ക്. അങ്കിളിപ്പോൾ വരാം.. കേട്ടോ...

സഡാക്കോ : ശരി അങ്കിൾ. *(ഡോക്ടർ പോകുന്നു)*

സഡാക്കോ : അമ്മേ, എന്റെ ടീച്ചർ എവിടെ? ഓടുമ്പോൾ
ആർത്തു വിളിച്ച് കൈയടിച്ച് എന്നെ പ്രോത്സാ

ഹിപ്പിച്ച എന്റെ കുട്ടുകാർ എവിടെ?

അമ്മ : മോളേ, സ്കൂൾ മൈതാനത്ത് തളർന്നുവീണ പ്പോഴാണ് ബോധമറ്റനിലയിൽ നിന്നെ ഇവിടേക്ക് കൊണ്ടുവന്നത്. ഉഹാ. ... എന്റെ മോൾ അധികം സംസാരിക്കേണ്ട. ദാ, അമ്മ നിനക്ക് ഇഷ്ടപ്പെട്ട ഭക്ഷണം കൊണ്ടുവന്നിട്ടുണ്ട്. കഴിക്ക്.
(*സഡാക്കോ ഭക്ഷണം കഴിക്കുന്നു. അമ്മ വിശറി കൊണ്ട് അവളെ വീശുന്നു*)

സഡാക്കോ : മതിയമ്മേ.

അമ്മ : ഇത്തിരി കൂടി കഴിക്കുമോളേ...

സഡാക്കോ : ഇപ്പോൾ മതിയമ്മേ. ഇനി പിന്നീടു കഴിക്കാം.

അമ്മ : ശരി. എന്നാൽ അമ്മയിത് അടച്ചുവെക്കാം.

ചിസുക്കോ : (*സ്കൂൾ ബാഗുമായി കടന്നുവന്ന് നീട്ടിവിളിക്കു ന്നു*) സുസുക്കീ,

സഡാക്കോ : ഹായ് ചിസുക്കോ.

ചിസുക്കോ : (*ബാഗ് താഴെവച്ച് കെട്ടിപ്പിടിച്ച്*) സഡാക്കോ നിന ക്കെങ്ങനെയുണ്ട്?

സഡാക്കോ : ആശ്വാസമുണ്ട്. നീ സ്കൂൾവിട്ട് വീട്ടിൽ പോയില്ലേ?

ചിസുക്കോ : ഇല്ല. നേരെയിങ്ങോട്ടു പോന്നു. നിന്നെ കണ്ടിട്ടു പോകാമെന്നു കരുതി. സ്കൂളിൽ നിന്ന് തലക റങ്ങി വീണതല്ലേ?

അമ്മ : ചിസുക്കോ നിങ്ങൾ സംസാരിച്ചിരിക്. അതിനിട യിൽ ഞാനീ വസ്ത്രങ്ങൾ കഴുകിവരാം. എന്താ?

ചിസുക്കോ : ശരി ആന്റീ...
(*അമ്മ പോകുന്നു*)

സഡാക്കോ : ചിസുക്കോ സ്കൂളിൽ എന്തൊക്കെയാ വിശേഷ ങ്ങൾ?

ചിസുക്കോ : നീ തലകറങ്ങി വീണതുമുതൽ ജാക്കിടീച്ചർ കര ച്ചിലോടു കരച്ചിൽ. നല്ല പ്രസരിപ്പുള്ള കുട്ടിയായി രുന്നു. പഠിക്കാൻ മിടുക്കിയാണ്. നല്ല അനുസര

ണയുള്ള കുട്ടിയാണ്; ഈ കുട്ടിക്കെന്താണു പറ്റി
യതീശ്വരാ.. എന്നൊക്കെ പറഞ്ഞാ ടീച്ചർ കരഞ്ഞ
ത്.

സഡാക്കോ : ഞാനൊന്നു വീണെന്നുവച്ച് ടീച്ചർ ഇത്രമാത്രം
കരയണോ?

ചിസുക്കോ : സ്കൂളിന്റെ രോമാഞ്ചമല്ലേ നീ. ജാക്കിടീച്ചറുടെ
പുന്നാരശിഷ്യ.

സഡാക്കോ : ഓ പിന്നെ..

ചിസുക്കോ : ഹയ്യ. അവളുടെ ഒരു നാണം.

സഡാക്കോ : നീ മറ്റെന്തെങ്കിലും പറയ് ചിസുക്കോ.. എന്നെ
ഇങ്ങനെ പുകഴ്ത്താതെ.

ചിസുക്കോ : എന്നാൽ പറയാം. ടീച്ചർ ഇന്ന് ഒരു കൊക്കിനെ
ഉണ്ടാക്കാൻ പഠിപ്പിച്ചു. (ഒരു കടലാസ് കൊക്കിനെ
നൽകി) ഇത് നിനക്ക് തരാൻ ടീച്ചർ എന്നെ
പ്രത്യേകം ഏൽപ്പിച്ചതാ.

സഡാക്കോ : നല്ല ചന്തം. ഇതിനെ എങ്ങനെയാ ഉണ്ടാക്കിയത്?

ചിസുക്കോ : അതു ഞാൻ പഠിപ്പിച്ചുതരാം. ആദ്യം ഒരുകടലാ
സെടുത്ത് ഇങ്ങനെ മടക്കുക. എന്നിട്ട് ത്രികോണാ
കൃതിയിൽ മടക്കുക. നിവർത്തി പിറകോട്ട് മടക്കു
ക.

സഡാക്കോ : നിർത്ത്. നിർത്ത്. ഞാനൊന്നുണ്ടാക്കി നോക്ക
ട്ടെ. ഒന്നുകൂടി പറഞ്ഞേ. (കടലാസെടുക്കുന്നു)

ചിസുക്കോ : കടലാസ് ഇങ്ങനെമടക്കി.

സഡാക്കോ : ഇങ്ങനെ മടക്കി.

ചിസുക്കോ : ത്രികോണാകൃതിയിൽ മടക്കി.

സഡാക്കോ : ത്രികോണാകൃതിയിൽ മടക്കി.

ചിസുക്കോ : നിവർത്തി പിറകോട്ട് മടക്കി..

സഡാക്കോ : നിവർത്തി പിറകോട്ടു മടക്കി. ഹായ് ഞാൻ
കൊക്കുണ്ടാക്കിയേ.. സഡാക്കോ കൊക്കിനെ
ഉണ്ടാക്കിയേ.. നോക്ക് ചിസുക്കോ. എന്റെ
സുന്ദരിക്കൊക്കിനെ..

ചിസുക്കോ : വെറുതെയല്ല ടീച്ചർ നിന്നെ മിടുമിടുക്കിയെന്നു പറയുന്നത്. ഒന്ന് കാണുകയേ വേണ്ടൂ. എത്ര പെട്ടെന്നാ നീ കൊക്കിനെ ഉണ്ടാക്കിയത്.

സഡക്കോ : എനിക്കിനിയും കുറെ കൊക്കുകളെ ഉണ്ടാക്കണം.

ചിസുക്കോ : ഈ കൊക്കുകൾ നമുക്ക് ഭാഗ്യം കൊണ്ടുവരുമത്രെ. ആയിരം കൊക്കുകളെ ഉണ്ടാക്കിയാൽ ആയുസും വർധിക്കും.

സഡാക്കോ : അങ്ങനെയാരാ പറഞ്ഞത്?

ചിസുക്കോ : അങ്ങനെയാ നമ്മൾ ജപ്പാൻകാർ വിശ്വസിക്കുന്നത്.

സഡാക്കോ : ജാക്കിടീച്ചർ അങ്ങനെ പറഞ്ഞോ?

ചിസുക്കോ : ടീച്ചർ അങ്ങനെ പറഞ്ഞില്ല. കൊക്കിനെ ഉണ്ടാക്കിയ ഒരു പാട്ടാ ടീച്ചർ പാടിത്തന്നത്.

സഡാക്കോ : അതേതുപാട്ടാ?

ചിസുക്കോ : ഞാൻ പാടാം. കേട്ടോളൂ. (*ശബ്ദം ശരിയാക്കി പാടുന്നു*)
ഒറ്റക്കാലിൽ തപസ് ചെയ്വൂ
കൊക്കൊരു സന്യാസി.
പാടവരമ്പിൽ കുത്തിയിരിക്കും
വിരുതൻ സന്യാസി
ഇരിപ്പു കണ്ടാലയ്യോവെറുമൊരു
പാവംസന്യാസി.
മീനെക്കണ്ടാൽ കൊത്തിവിഴുങ്ങും
കള്ളസന്യാസി.
കൊക്കൊരു വിരുതൻ സന്യാസീ..

സഡാക്കോ : നല്ല പാട്ട്. നമുക്ക് രണ്ടുപേർക്കും ചേർന്ന് ഒന്നു കൂടി പാടാം. (*രണ്ടുപേരും പാടുന്നു. പാടിക്കഴിഞ്ഞ് ചിരി*)

ചിസുക്കോ : നിന്നോടൊപ്പമിരുന്ന് നേരം പോയതറിഞ്ഞില്ല. ഇനി ഞാൻ പോട്ടെ. അമ്മയോട് പറഞ്ഞേക്ക്.

നാളെ കാണാം. ബാഗുമെടുത്ത് പോകുന്നു.

സഡാക്കോ   : ശരി ചിസുക്കോ.. റ്റാ.. റ്റാ...

(കൂടെ ചെന്ന് യാത്രയാക്കുന്നു)

രംഗം 3

(വീട് മുറിയിൽ നിറയെ ഞാണിയിട്ട കടലാസ് കൊക്കുകൾ.
സഡാക്കോ അവയെ നോക്കി എണ്ണുന്നു.)

സഡാക്കോ   : തൊള്ളായിരത്തിത്തൊണ്ണൂറ്റിയെട്ട്
തൊള്ളായിരത്തി തൊണ്ണൂറ്റിയൊൻപത്.
(അതോടൊപ്പം ഒന്നുകൂടി ചേർത്തുവച്ച്)
ആ....യി....രം.
(ആഹ്ലാദത്തോടെ വിളിക്കുന്നു)
അമ്മേ...... അമ്മേ.... ഞാൻ ആയിരം കൊക്കുകളെ
ഉണ്ടാക്കി. അമ്മേ.. അമ്മേ.. ഇതാ ഇത് നോക്ക്.

അമ്മ   : (കടന്നു വന്ന്) എന്താ കുട്ടിയിത്? നിന്നോടി
ങ്ങനെ തുള്ളിച്ചാടരുതെന്ന് പറഞ്ഞിരുന്നില്ലേ
ഡോക്ടർ.

സഡാക്കോ: എനിക്കിപ്പോൾ അസുഖമൊന്നുമില്ലമ്മേ. നാളെ
മുതൽ സ്കൂളിൽ പോകാം. ഞാൻ പൊയ്ക്കോട്ടെ?
അമ്മേ എനിക്കെന്റെ ജാക്കിടീച്ചറോടും കൂട്ടുകാ
രോടുമൊപ്പം കഴിയാൻ എന്തു കൊതിയാ
യെന്നോ?

അമ്മ   : ഡോക്ടർ സമ്മതിച്ചാൽ നിനക്ക് സ്കൂളിൽ
പോകാം.

സഡാക്കോ : ശരി. അമ്മ ഇന്നത്തെ തീയതിയും മാസവും
വർഷവും പറഞ്ഞേ.

അമ്മ   : അതെന്തിനാ? ഇന്ന് നിന്റെ ജന്മദിനമൊന്നുമല്ല
ല്ലോ.

സഡാക്കോ : അമ്മ പറഞ്ഞേ.

അമ്മ   : 1957 ഒക്ടോബർ 25. എന്താ ഇന്നത്തെ ദിവസ
ത്തിന്റെ ഒരു പ്രത്യേകത.

സഡാക്കോ: ഇന്നല്ലേ സഡാക്കോ ആയിരാമത്തെ കൊക്കിനെ ഉണ്ടാക്കിയത്. സഡാക്കോ ഇനി മരിക്കില്ലമ്മേ.. സഡാക്കോ ഇനി മരിക്കില്ല.

അമ്മ : മോളേ.. എവിടെക്കാണെഴുന്നേറ്റോടുന്നത്. നിന ക്കെന്തുപറ്റി.

സഡാക്കോ: അമ്മേ. എന്റെ കൊക്കുകൽ ഓരോന്നോരോന്നായി പറന്നു പോകുന്നു.

അമ്മ : ഇല്ലല്ലോ. നീ ഉണ്ടാക്കിയ കൊക്കുകൾ ഇവിടെത നെന്നെയുണ്ട്.

സഡാക്കോ: ഇല്ല. അവ ഓരോന്നോരോന്നായി പറന്നുപോകു ന്നു. പറന്ന് പറന്ന് ദൂരേക്ക്. ദൂരേക്ക്.

അമ്മ : മോളേ, നീ എന്തൊക്കെയാണു പറയുന്നത്?

സഡാക്കോ: എന്റെ കൈകാലുകൾ തളരുന്നു. എനിക്ക് തലക രങ്ങുന്നു. അമ്മെ എന്നെ ചേർത്തുപിടിച്ചോളൂ.

അമ്മ : (*കൈയിൽ താങ്ങി.*) മോളേ.. സഡാക്കോ..

സഡാക്കോ: അമ്മേ... (*തളർന്നുവീഴുന്നു*)

അമ്മ : മോളേ എന്റെ പൊന്നുമോളേ. (*നിലവിളിക്കുന്നു*)
(*ദുഃഖസൂചകമായ സംഗീതം.*)

(*പിന്നിൽ കറുത്ത കർട്ടൻ ഉയരുന്നു. ആദ്യം കണ്ട ആൺപാ വ കടന്നുവരുന്നു.*)

പാവ : ഹിരോഷിമയിൽ ബോംബ് വീണ് പന്ത്രണ്ടു വർഷങ്ങൾക്കുശേഷം സഡാക്കോ സുസുക്കി ഈ ലോകത്തോട് യാത്രപറഞ്ഞു. ലോകമഹായുദ്ധം വരുത്തിവച്ചവിന. ഭൂമിക്കും മനുഷ്യരാശിക്കും മറ്റു ജീവജാലങ്ങൾക്കും നാശം വിതയ്ക്കുന്ന ഇത്തരം യുദ്ധങ്ങൾ ഇനിയും ആവർത്തിക്കേണമോ?

ഒരു കൂട്ടം കുട്ടികളുടെ ശബ്ദം : വേണ്ട. വേണ്ട.
(*പാവക്കുട്ടികൾ പ്ലക്കാർഡ് പിടിച്ചുകൊണ്ട് ജാഥയായി എത്തുന്നു അവർ പാടുന്നു*)
ഇനിയൊരു യുദ്ധം വേണ്ട
ഇനിയൊരു യുദ്ധം വേണ്ട

തോക്കും വേണ്ട ബോംബും വേണ്ട

മിസൈലുകളും വേണ്ട.

(മുദ്രാവാക്യം പോലെ ഉറക്കെ ആൺപാവ വിളിച്ചുപറയു
ന്നു.)

ഹിരോഷിമകൾ വേണ്ട

നാഗസാക്കികൾ വേണ്ട

(പാവക്കുട്ടികൾ അതേറ്റു പറയുന്നു. ജാഥയായി അവർ നട
ന്നുനീങ്ങുന്നു.)

8
വില്ലടിച്ചാൻപാട്ട്

കേരളത്തിൽ നിലനിന്നിരുന്ന ഒരു പരമ്പര്യ കലാരൂപമാണ് വില്ലടിച്ചാൻ പാട്ട് അഥവാ വില്ലുപാട്ട്. പുരാണകഥകളും ചരിത്ര കഥകളുമാണ് ഈ കലാരൂപത്തിലൂടെ അരങ്ങേറിയിരുന്നത്.

മണികെട്ടിയ വില്ലും ചരടിനടിക്കുന്ന കോലും മൺകുടവും കുഴിത്താളവും മറ്റ് വാദ്യോപകരണങ്ങളുമായി ഇരുന്നാണ് വിൽപ്പാട്ട് അവതരിപ്പിക്കുക. ആശാനും സംഘവും വില്ലടിച്ച് പാടും. കഥയും ഉപകഥകളും പറയും. അതിനിടയിൽ ഒട്ടേറെ നാടകീയ മുഹൂർത്തങ്ങളും സൃഷ്ടിക്കും.

അന്യം നിന്നുപോകുന്ന ഈ ഗ്രാമീണകലയെ ബോധന മാധ്യമമെന്ന നിലയിൽ ക്ലാസ് മുറിയിൽ സമർഥമായി ഉപയോ ഗപ്പെടുത്താൻ കഴിയും.

വനസംരക്ഷണവുമായി ബന്ധപ്പെട്ട 'വനഗാഥ' എന്ന വില്ല ടിച്ചാൻ പാട്ട് ക്ലാസിൽ അവതരിപ്പിച്ച് നോക്കൂ.

വനഗാഥ

കഥാപാത്രങ്ങൾ

ആശാനും ആറുപേരടങ്ങുന്ന സംഘവും

(*വില്ലും കുടവും മറ്റുപകരണങ്ങളുമായി ഏഴുപേരടങ്ങുന്ന സംഘം' നടുവിൽ 'ആശാൻ.' ഇടത്തും വലത്തുമായി മൂന്നു പേർ വീതം. എല്ലാവരും സദസിനെ വന്ദിക്കുന്നു*)

എ	:	ആശാനെ ഇന്നു നമ്മൾ എങ്ങോട്ടാ പോണത്?
ബി	:	നമുക്ക് ഊട്ടിയിലോട്ടുപോയാലോ?
സി	:	അതുവേണ്ട കൊടൈക്കനാലിലേക്കു പോകാം.
ഡി	:	കുഴൽക്കിണരോ?
ഇ	:	അല്ലെടോ കൊടൈക്കനാൽ സുഖവാസകേന്ദ്രം.
ആശാൻ	:	ഊട്ടിയിലും കൊടൈക്കനാലിലുമൊക്കെ പോകാൻ കാശുവേണ്ടേ? തയാറെടുപ്പു വേണ്ടേ? (*ആലോചിച്ച്*) നമുക്കിന്ന് കാട്ടിലേക്കു പോയാലോ?
എഫ്	:	ഓ വനത്തിലേക്ക്.
ആശാൻ	:	അതെ. ഒരു സാങ്കൽപ്പികയാത്ര.
എല്ലാവരും:		കൊള്ളാം. കൊള്ളാം. കാട്ടിലേക്. ഉം.
ആശാൻ	:	കാട്ടിൽ നിന്ന് പലകാര്യങ്ങളും പഠിക്കാനുണ്ട്.
എ	:	മാത്രമല്ല, വനഭംഗി ആസ്വദിക്കുകയും ചെയ്യാം.
ബി	:	അതിനിപ്പൊ കാടെവിടെയാടോ?

ആശാൻ : ശരിയാ. പണ്ടത്തെപ്പോലെ കാടൊന്നും ഇപ്പോഴി
ല്ലല്ലോ. കവി പാടിയതോർക്കുന്നില്ലേ? *(പാടുന്നു)*

കാടെവിടെ മക്കളെ
കൂടെവിടെ മക്കളെ
കാട്ടുപൂഞ്ചോലയുടെ
കുളിരെവിടെ മക്കളെ.
(സംഘം താളമേളങ്ങളോടെ ഏറ്റുചൊല്ലുന്നു.)

സി : എന്തുപൂഞ്ചോല.. എന്തു വെള്ളം. പ്രകൃതിയുടെ
താളം തന്നെ അങ്ങുതെറ്റിയില്ലേ?

ഡി : ഈ കാട്ടുകള്ളന്മാർ ഇതൊക്കെ ഓർക്കുന്നുണ്ടോ?

ഇ : മേലാളന്മാരുടെ ഒത്താശയോടെയല്ലേ ഇതെല്ലാം
നടക്കുന്നത്. കഷ്ടപ്പെടുന്നത് നമ്മളെപ്പോലുള്ള
അണ്ടനും അടകോടനും.

ആശാൻ : അതെ. *(പാടുന്നു)*
തല്ലും കുത്തും ചെണ്ടയ്ക്ക്
പണവും ചോറും അങ്ങേർക്ക്.
(സംഘം ഏറ്റു ചൊല്ലുന്നു)

എഫ് : ആശാനെ വനത്തെക്കുറിച്ചു പറയുമ്പോഴാ ഒരു
കാര്യം ഓർത്തത്. മരം ഒരു വരമാണെന്നുപറയു
ന്നുണ്ടല്ലോ. അതെന്തുകൊണ്ടാ?

ആശാൻ : ഉ്ഹാ.. അതോ? പറയാം. ജനനം തൊട്ട് മരണം
വരെ മരങ്ങൾ നമുക്ക് പലവിധത്തിൽ പ്രയോജ
നപ്പെടുന്നുണ്ട്. *(പാടുന്നു)*
തൊട്ടിലുണ്ടാക്കാൻ മരംവേണ്ട കൂട്ടരേ..
പട്ടടയേറ്റാൻ മരംവേണ്ട കൂട്ടരേ..
(സംഘം ഏറ്റു ചൊല്ലുന്നു)

ആശാൻ : കുരവെക്കാൻ മരം വേണ്ട കൂട്ടരേ...
കൂട്ടുകൂട്ടാൻ മരം വേണ്ട കൂട്ടരേ..
(സംഘം ഏറ്റു ചൊല്ലുന്നു)

ആശാൻ : ഇതു മാത്രമോ?

(പാടുന്നു. വടക്കൻ പാട്ട് രീതി)
മണ്ണൊലിപ്പ് തടഞ്ഞീടുവാനും
വെള്ളം കയറാതെ നോക്കുവാനും
അന്യർക്കായ് ജീവിതം നീക്കിവച്ച്
ആറ്റുനോറ്റെന്നുമിരിക്കും മരം.
(സംഘം ഏറ്റുചൊല്ലുന്നു)

എ : അപ്പോഴോ, ഈ മരങ്ങളൊന്നും മുറിച്ചുകൂടെ
ങ്കിൽപ്പിന്നെ നമ്മുടെ കാര്യങ്ങൾ എങ്ങനാ? അതാ
യത് വീടുവെക്കാനും കട്ടിലും മേശയുമൊക്കെ
പണിയാനും മറ്റും..

ആശാൻ : അത്യാവശ്യത്തിന് മരം മുറിക്കണം. പക്ഷെ ഒരു
മരം മുറിക്കുമ്പോൾ പത്തെണ്ണമെങ്കിലും നാം നട്ടു
പിടിപ്പിക്കണം.
(സംഘം ആ അഭിപ്രായം ശരിവെക്കുന്നു)

ബി : ഏതെങ്കിലും മരം വച്ചുപിടിപ്പിച്ചാൽ മതിയോ?

ആശാൻ : പോര. ഫലം വൃക്ഷങ്ങൾക്കാവണം പ്രാധാന്യം.

സി : അതേതാണപ്പാ പല വൃക്ഷങ്ങൾ?

ഡി : പല വൃക്ഷങ്ങളല്ലെടോ ഫലവൃക്ഷങ്ങൾ.

ആശാൻ : അതായത് (പാടുന്നു)
മാവും പ്ലാവും പുളിയും കവുങ്ങും
തെങ്ങ് നാരകം ഈന്തൽപ്പനകളും
എണ്ണിയാൽ ഫലവൃക്ഷങ്ങളിങ്ങനെ
മണ്ണിലെമ്പാടുമുണ്ടടോ.
(സംഘം ഏറ്റുചൊല്ലുന്നു. ഇതേവരികൾ രണ്ടുത
വണ വേഗതയോടെ ആവർത്തിക്കുന്നു. പിന്നീട്
ശബ്ദമില്ലാതെ, വായ കൊണ്ടുള്ള ആംഗ്യം മാത്രം)

ഇ : നിർത്ത്.. നിർത്ത്. ശബ്ദം കേൾക്കാനില്ല.
(ആശാൻ, ചൊട്ടിയും പിടിച്ചും മൈക്ക് പരിശോ
ധിക്കുന്നു)

എഫ് : (പുറത്തേക്കു നോക്കി വിളിച്ചു പറയുന്നു)
"ഹേ മൈക്കുകാരാ.. എവിടുന്നാടോ ഈലൊടുക്ക്

സാധനം?"
(*അകലെ നിന്നും മൈക്കുകാരന്റെ ശബ്ദം.*)
"ചേട്ടച്ചാരെ. പിടിച്ചു തിരിക്കല്ലേ. അത് മൈക്കിന്റെ
കുഴപ്പമൊന്നുമല്ല. കറന്റ് പോയതാ. പവർ കട്ട്.
ഇനി എപ്പോ വരുമോ ആവോ?"

എ : ശ്ശോ! ഈ കറന്റിന്റെ ഒരു കളി.

ബി : ദാ വന്നല്ലോ. പക്ഷെ വോൾട്ടേജില്ല.

ആശാൻ : (*പാടുന്നു. ഓട്ടൻതുള്ളൽ രീതി.*)
നൊക്കെടോ നമ്മുടെ ബൾബു കത്തുന്നത്.
കാണണമെങ്കിലോ ചൂട്ട് പിടിക്കണം
(*സംഘം ഏറ്റുചൊല്ലുന്നു.*)

ആശാൻ : പൂട്ട് മിന്നിപ്പത്ത് നോക്കുന്നനേരത്ത്
തുള്ളിവെളിച്ചവും കാണില്ല നിർണയം
(*സംഘം നാലുവരികളും ഒന്നിച്ച് ഏറ്റുചൊല്ലുന്നു*)

ആശാൻ : (*മട്ടുമാറി*) ആയിരമാണ്ടുകൾ പേടിക്കാനില്ലിവിടെ
വൈദ്യുതിതോയം തോയം
(*സംഘം ഏറ്റുചൊല്ലുന്നു.*)

ആശാൻ : (*രീതിമാറ്റി*)
ഭള്ളുപറഞ്ഞവരോർക്കുന്നുണ്ടോ.
ഇന്നീനാടിൻ ഗതിയെന്തായി
(*സംഘം ഏറ്റുചൊല്ലുന്നു.*)

ആശാൻ : കാലാകാലം മഴയില്ലാതായ്
ജലംസംഭരണികൾ വറ്റിവരണ്ടു.
(*സംഘം ഏറ്റുചൊല്ലുന്നു*)

ആശാൻ : (*മട്ടുമാറി*)
ചിന്തിക്കേണം.. നാമിതെല്ലാം.
കാരണമെന്തെന്നറിയുക വേണം.
(*സംഘം ഏറ്റു ചൊല്ലുന്നു.*)

ആശാൻ : (*മറ്റൊരുരീതിയിൽ*)
പണ്ടുമരങ്ങൾ സംരക്ഷിച്ചു. ഇന്നോ
കാടുകൾ വെട്ടിനിരത്തി

സി   :   അല്ല. ഇങ്ങനെ വെള്ളോം വെളിച്ചോം ഇല്ലാതാ
                 യാൽ എന്താ കഥ?

ഡി   :   വരും തലമുറയുടെ കാര്യമെങ്കിലും നാം
                 ഓർക്കേണ്ടേ?

ആശാൻ   :   വേണം. നമ്മുടെ കാര്യവും ഓർക്കണം. എല്ലാ
                 ജീവജാലങ്ങളുടെ കാര്യവും ഓർക്കണം. അതു
                 കൊണ്ടാണ് പറയുന്നത്. "പ്രകൃതിവിഭവങ്ങൾ കറ
                 ന്നെടുക്കണം. അരിഞ്ഞെടുക്കരുതെന്ന്."
                 (പാടുന്നു. വിരുത്തം)
                 പ്രകൃതി നൽകും പാൽ മാത്രം കറന്നെടുക്കൂ
                 നമ്മളകിടറുത്തു കൊല്ലരുതീ കാമധേനുവെ
                 (സംഘം ഏറ്റുചൊല്ലുന്നു)

ആശാൻ   :   പൊൻമുട്ട തന്നിരുന്ന താറാവിനെ
                 കൊന്നൊരത്യാഗ്രഹിയെപ്പോലായിടൊല്ലാ
                 (സംഘം ഏറ്റുചൊല്ലുന്നു)
         (എല്ലാവരും സദസിനെ വണങ്ങുന്നു.)

9
തെരുവു നാടകം

ബോധവൽക്കരണത്തിനുതകുന്ന ശക്തമായ ആയുധ മെന്ന നിലയിലാണ് ലോകമെങ്ങും തെരുവു നാടകത്തെ ഉപ യോഗപ്പെടുത്തിവരുന്നത്. ചമയമില്ല. വേഷമില്ല. ലളിതമായ വസ്ത്രധാരണം.

കെട്ടിയൊരുക്കിയ വേദിയുടെ ആവശ്യമില്ല. ചന്തമുക്കിലോ പീടികത്തിണ്ണയിലോ നാൽക്കവലയിലോ എന്നു വേണ്ട നാലു പേർ കൂടുന്നിടത്തെല്ലാം നാടകം അവതരിപ്പിക്കാം. ഇതിവൃത്ത ത്തിന്റെ കെട്ടുറപ്പും പ്രകടനവൈഭവവും കൊണ്ടാണ് തെരുവു നാടകകലാകാരന്മാർ കാണികളെ പിടിച്ചിരുത്തുന്നത്.

സാമൂഹ്യ സാംസ്കാരിക പ്രവർത്തനങ്ങളുടെ ഭാഗമായി സ്കൂൾ കോളേജ് തലത്തിലെ കുട്ടികൾക്കും ഈ തെരുവു നാടക സങ്കേതം ഉപയോഗപ്പെടുത്താം.

നാടിനും നഗരത്തിനും ഒരുപോലെ ശാപമായ 'മാലിന്യ പ്രശ്ന'മാണ് അയൽപ്പക്കക്കാരായ രണ്ടു കുടുംബങ്ങളുടെ പശ്ചാത്തലത്തിൽ ഹാസ്യരൂപേണ അവതരിപ്പിക്കാവുന്ന 'പൂവാ ലിപ്പശുവിന്റെ ഓർമയ്ക്ക്' എന്ന നാടകത്തിന്റെ ഇതിവൃത്തം.

പൂവാലിപ്പശുവിന്റെ ഓർമയ്ക്ക്

കഥാപാത്രങ്ങൾ

കേശവൻ

മാധവൻ

മീനാക്ഷി

ശാന്ത

മരുന്നുതളിക്കാരൻ

പ്രഭാതം

(പക്ഷികളുടെ കരച്ചിൽ ക്ഷേത്രത്തിൽ നിന്നുള്ള ഭക്തിഗാ നം. കേശവൻ നിറയെ സാധനങ്ങൾ കുത്തിനിറച്ച ഒരു പ്ലാസ്റ്റിക് കെട്ടുമായി പമ്മിപ്പമ്മി കടന്നുവരുന്നു. അപ്പുറവും ഇപ്പുറവും ഏന്തിവലിഞ്ഞു നോക്കി കെട്ട് വലിച്ചെറിഞ്ഞ് പിൻതിരിഞ്ഞോ ടുന്നു.)

അകലെ നിന്ന് മാധവന്റെ നിലവിളി.

അയ്യോ.. ഓടിവരണേ... ഓടിവരണേ...

മാധവൻ   :   *(പ്രവേശിച്ച്)* അയ്യോ... ബോംബ്... ബോംബ്....

മീനാക്ഷി   :   *(കടന്നുവന്ന്)* എന്താ മനുഷ്യാ വെളുപ്പാൻ കാലത്തേ എഴുന്നേറ്റ് നിലവിളിക്കുന്നത്?

മാധവൻ   :   എടീ നമ്മുടെ വീട്ടിന് ആരോ ബോംബെറിഞ്ഞു.

എന്തോ ഒരു സാധനം നമ്മുടെ വീടിന്റെ ജനലി
നടുത്തു വന്നുവീണു. അതിപ്പോൾ പൊട്ടും.

മീനാക്ഷി : (ചുറ്റിനും നോക്കി) ഞാനൊന്നും കാണുന്നി
ല്ലല്ലോ.

മാധവൻ : (അകലെ വിരൽ ചൂണ്ടി) അതാ.. ഒരു വലിയ
പ്ലാസ്റ്റിക് പൊതി.

മീനാക്ഷി : (അടുത്തുചെന്ന്) ഞാനൊന്നു നോക്കട്ടെ.

മാധവൻ : (തടുത്തുനിർത്തി) അയ്യോ.. വേണ്ട. അതിപ്പോൾ
പൊട്ടും.

മീനാക്ഷി : ബഹളം വെക്കാതെ മനുഷ്യാ. ഒരുപക്ഷെ വല്ല
നിധിയുമാണെങ്കിലോ? നാട്ടാരറിഞ്ഞാൽ കുഴപ്പ
മാ..

മാധവൻ : അതു ശരിയാ. എന്നാൽ ഒരു വടിയെടുത്ത് ദൂരെ
നിന്ന് ആ കെട്ടൊന്ന് ഇളക്കി നോക്ക്.
(മീനാക്ഷി വടിയെടുത്ത് കെട്ട് ഇളക്കിനോക്കുന്നു.
അപകടമില്ലെന്നു മനസിലാക്കി എടുത്തു പരിശോ
ധിക്കുന്നു. ഓക്കാനത്തോടെ അത് ദൂരെ വലിച്ചെ
റിഞ്ഞു)

മീനാക്ഷി : അതു ബോംബുമല്ല. നിധിയുമല്ല. വൃത്തികെട്ട കവ
റുകളാ.

മാധവൻ : ഏേ.. നോക്കട്ടെ. (പരിശോധിച്ച്) ശരിയാണല്ലോ.
പാലിന്റെ കവർ. മീൻ വാങ്ങിയ കവർ.. ഹും. (മൂ
ക്കുപൊത്തുന്നു.)

മീനാക്ഷി : വലുതുംചെറുതുമായി പത്തുനൂറെണ്ണമുണ്ട്.

മാധവൻ : ഇതെങ്ങനെ ഇവിടെ വന്നു.

മീനാക്ഷി : ആരോ വലിച്ചെറിഞ്ഞതാ. നിങ്ങൾ എന്തോ ശബ്ദം
കേട്ടെന്നല്ലേ പറഞ്ഞത്.

മാധവൻ : അതെ അതു കേട്ടല്ലേ ഞാൻ ഞെട്ടിയുണർന്നത്.

മീനാക്ഷി : (ആലോചിച്ച്) അങ്ങനെ വരട്ടെ. ഇപ്പോൾ മനസി
ലായി. ഇത് ആ മീശകേശവന്റെ പണിയാ. (സാരി
എളിയിൽ കുത്തി അരിശത്തോടെ) ഇതിനു പകരം

ചോദിച്ചേ ഞാനിന്ന് അടുക്കളേൽ കയറൂ.

മാധവൻ : അതിനു വഴിയുണ്ടെടീ മീനാക്ഷി. ഇവിടെയുമു
ണ്ടല്ലോ ഇത്തരം ചപ്പുചവറുകൾ. എല്ലാം കൂടി
വാരിക്കെട്ടി അവിടേക്കെറിയാം. എന്തുചെയ്യുമെന്ന്
കാണട്ടെ.

മീനാക്ഷി : ഉരുളയ്ക്കുപ്പേരി. അല്ലാതെന്താ? ഈ അസുഖം
ഇതോടെ നിൽക്കണം.

മാധവൻ : (ആവേശത്തോടെ) നീ ആ സിമന്റു ചാക്കിങ്ങെ
ടുക്ക്. എല്ലാചവറുകളും ഇതിൽ നിറയ്ക്ക്... ഹല്ല
പിന്നെ.

(രണ്ടുപേരും ധൃതിയിൽ പോകുന്നു)

രംഗം 2

ശാന്ത : (നെഞ്ചത്തടിച്ച് നിലവിളിച്ചുകൊണ്ട് പ്രവേശിക്കു
ന്നു) എന്റെ എല്ലാം പോയേ.. ഞാൻ ആറ്റുനോ
റ്റുവളർത്തിയതാണേ... എന്റെ രൂപാ അയ്യായിര
മാണേ പോയത്.. അയ്യോ...

കേശവൻ : (ഓടിയെത്തി) എന്താ എന്താ..

ശാന്ത : എനിക്കു സഹിക്കാന് വയ്യേ.. ഇന്നു കാലത്തുകൂടി
എട്ടുലിറ്റർ കറന്നതാണേ...

കേശവൻ : എടീ നീയെന്തിനാടീ വലിയ വായിലേ നിലവിളി
ക്കുന്നത്. കാര്യം പറയിൻ..

ശാന്ത : എന്തൊരു നല്ല ശീലമായിരുന്നേ... ചവിട്ടില്ല. കുത്തി
ല്ല.. അയ്യോ എനിക്കോർക്കാൻ വയ്യേ.. എന്റെ പൂവാ
ലിപോയില്ലേ..

കേശവൻ : പൂവാലിക്കെന്തുപറ്റി? തള്ളയേയും കുട്ടിയേയും
കാലത്ത് ഞാൻ മേയാൻ കൊണ്ടുവിട്ടതാണല്ലോ.

ശാന്ത : ഉച്ചനേരത്ത് അവൾക്ക് പിണ്ണാക്ക് കലക്കിയ വെള്ളം
കൊടുക്കാൻപോയതായിരുന്നേ.. അപ്പോഴല്ലേ
എന്റെ പൂവാലി കൈകാലിട്ടടിച്ചു പിടയുന്നത് കണ്ട
ത്. എനിക്കത് ഓർക്കാൻ വയ്യേ... കണ്ണു തുറിച്ച്..

വയറു വീർത്ത്.. എന്റെ പൂവാലി...

കേശവൻ : (ആലോചനയോടെ) കപ്പയുടെ മൂടു കടിച്ചോ...
അതല്ലെങ്കിൽ ആരെങ്കിലും വിഷം കൊടുത്തോ?

ശാന്ത : അതൊന്നുമല്ല. എന്റെ കരച്ചിൽ കേട്ട് ഓടിക്കൂടിയ
ആളുകൾ പറഞ്ഞത് ഒത്തിരി പ്ലാസ്റ്റിക് കൂടുകൾ
പശു തിന്നെന്നാ

കേശവൻ : (സംശയം) പശു പ്ലാസ്റ്റിക് തിന്നുമോ?

ശാന്ത : ചീത്തപച്ചക്കറിയും പഴത്തൊലിയും ഒക്കെ കൂടി
ലിട്ടുവലിച്ചെറിഞ്ഞുകാണും.

കേശവൻ : (ഞെട്ടി) ഈ്ഹേ...

ശാന്ത : നിങ്ങളെന്താ മനുഷ്യാ നിന്നു പരുങ്ങുന്നത്?

കേശവൻ : (നെഞ്ചത്തടിച്ച്) ചക്കിനു വച്ചതു കൊക്കി
നുകൊണ്ടല്ലോടീ.

ശാന്ത : എന്റെ പൂവാലിയെ കൊന്ന കാലമാടന്മാര് നശി
ച്ചുപോകട്ടെ. (നെഞ്ചത്തടിച്ച് നിലവിളിക്കുന്നു)
പൂവാലീന്ന് ഒന്നു വിളിക്കേണ്ട താമസം, എവിടെ
യാണെങ്കിലും ഓടിവരില്ലായിരുന്നോ? ഇനി ഞാൻ
ആരെ വിളിക്കും. അയ്യോ..
(മരുന്നു തളിക്കാരൻ, ചുറ്റിലും മരുന്ന
ടിച്ചുകൊണ്ടു കടന്നുവരുന്നു.)

കേശവൻ : ആരാ.. എന്താ?

മരുന്നു
തളിക്കാരൻ: മുനിസിപ്പാലിറ്റിയിൽ നിന്നു പറഞ്ഞിട്ടുവരുന്നതാ.
കൊതുകിനെ കൊല്ലാൻ. (മരുന്നടിച്ച്) ഇത് കൂത്താ
ടികളെ നശിപ്പിക്കുന്ന മരുന്നാ.

കേശവൻ : ചോദിക്കാതെയും പറയാതെയുമാണോ മരുന്നടി
ക്കുന്നത്?

മരുന്നു
തളിക്കാരൻ: എവിടെ കൊതുകുണ്ടോ അവിടെ മരുന്നടിക്കണ
മെന്നാ ഓർഡർ.

ശാന്ത : അയ്യടാ. ഓർഡർ! (കേശവനു നേരെ വിരൽച്ചൂ

ണ്ടി) ഇങ്ങേരുടെ മീശമേൽ ഒരുകൊതുകുണ്ടെന്നു
വച്ചോ. താൻ അവിടെയും മരുന്നടിക്കുമോ?

മരുന്നു
തളിക്കാരൻ: അതുപിന്നെ..

ശാന്ത   : ഒരുപിന്നെയുമില്ല. ഒന്നു പോകുന്നുണ്ടോ.. *(സങ്ക*
ടം) ഇവിടെ പശു ചത്ത ദുഃഖത്തിലാ. *(ദേഷ്യം)*
അപ്പോഴാ അവന്റെയൊരു മരുന്നടി.

കേശവൻ   : ഇവിടെ കൊതുകും കൂത്തായിടുമൊന്നുമില്ലെടോ.
ഒക്കെ ആ താടിക്കാരൻ മാധവന്റെ വീട്ടിലാ.

മരുന്നു
തളിക്കാരൻ: അവിടുന്നു പറഞ്ഞു ഈ മീശക്കാരന്റെ വീട്ടിലാ
കൊതുകെന്ന്. ഇവിടുന്നുപറയുന്നു ആ താടിക്കാ
രന്റെ വീട്ടിലാണെന്ന്.

ശാന്ത   : ഇതൊക്കെ ആ നുണച്ചി മീനാക്ഷി പറഞ്ഞുണ്ടാ
ക്കുന്നതാ.

മരുന്നു
തളിക്കാരൻ: ആരുപറഞ്ഞാലും കൊള്ളാം ഇവിടൊക്കെ
വൃത്തികേടാ. അന്യോന്യം കുറ്റം പറയാതെ വീടും
പറമ്പും ചുറ്റുപാടുമൊക്കെ വൃത്തിയാക്കിവെ
ക്കാൻ നോക്ക്. കണ്ടില്ലേ. ആ ഓട മുഴുക്കെ
പ്ലാസ്റ്റിക് കൂടുകളാ.

ശാന്ത   : അതുകൊണ്ടെന്താ?

മരുന്നു
തളിക്കാരൻ: വെള്ളം കെട്ടിനിൽക്കും. ദുഷിച്ച് നാറും. പിന്നെ
കൊതുകു പെരുകുമെന്നുപറയാനുണ്ടോ? എനി
ക്കെന്താ? ഞാനിങ്ങനെ മരുന്നടിച്ചു നടക്കും.
(മരുന്നടിച്ചുകൊണ്ടുപോകുന്നു)

കേശവൻ   : അയാളു പറഞ്ഞതു ശരിയാ. ഈ പ്ലാസ്റ്റിക് വലി
യൊരു ആപത്തു തന്നാ...

ശാന്ത   : ഇപ്പോഴാണോ ബുദ്ധിയുദിച്ചത്?

കേശവൻ   : കുറേ ദിവസം മുൻപ് നമ്മുടെ തുടർവിദ്യാകേന്ദ്ര

ത്തിൽ ഒരു ക്ലാസുണ്ടായിരുന്നു പ്ലാസ്റ്റിക്കിന്റെ ദോഷങ്ങളെക്കുറിച്ച്. അന്ന് ഞാൻ അതെല്ലാം കേട്ടു. ദാ ഈ ചെവിയിലൂടെ കേട്ട് ഇതിലൂടെ വിട്ടു. ഇപ്പോൾ ഓരോ അനുഭവത്തിൽ നിന്നാ പാഠം പഠിക്കുന്നത്.

ശാന്ത : പ്ലാസ്റ്റിക് കൂടുകൾ പറമ്പിലിട്ടാൽ നാൽക്കാലികൾ തിന്നാൻ ഇടയുണ്ട്. ഓടയിലിട്ടാൽ വെള്ളവുമൊ ഴുകില്ല. എന്നാലിനി വീട്ടിൽത്തന്നെ ഒരു കുഴിയു ണ്ടാക്കി കുഴിച്ചുമൂടാം.

കേശവൻ : കമ്പോസ്റ്റുകുഴിപോലെ കുഴിയുണ്ടാക്കി പ്ലാസ്റ്റിക് മൂടുന്നത് ആപത്താ. അത് മണ്ണിൽ അലിഞ്ഞു ചേരില്ല. ആ മണ്ണിൽ പിന്നെ പുല്ലുപോലും മുള യ്ക്കില്ല.

ശാന്ത : എന്നാൽ ഒറ്റ മാർഗമേയുള്ളൂ. എല്ലാംകൂടി കൂട്ടി യിട്ട് കത്തിച്ച് കളയാം.

കേശവൻ : അത് അതിലും വലിയ ആപത്താ... പ്ലാസ്റ്റിക് കത്തു മ്പോൾ അതിൽ നിന്നു വരുന്നത് വിഷവാതകമാ ണത്രേ. കാൻസറിനും മറ്റുപല അസുഖങ്ങൾക്കും അത് കാരണമാകും.

ശാന്ത : ഇതൊക്കെ അറിയാമായിരുന്നിട്ടും ദിവസവും എത്ര പ്ലാസ്റ്റിക് കൂടുകളാ വീട്ടിലേക്കു കൊണ്ടുവ രുന്നത്. രണ്ടാഴ്ച മുൻപ് എനിക്ക് സുഖമില്ലാതി രുന്ന ഒരു ദിവസം ഹോട്ടലിൽ നിന്ന് സാമ്പാറു പോലും നിങ്ങൾ കൊണ്ടുവന്നത് പ്ലാസ്റ്റിക് കൂടി ലല്ലേ?

കേശവൻ : ചിലതരം നേരിയ പ്ലാസ്റ്റിക് കൂടുകൾ നിരോധി ച്ചത് നീ പത്രത്തിൽ വായിച്ചില്ലേ?

ശാന്ത : അവയ്ക്കായിട്ടു മാത്രമെന്തിനാ അയിത്തം?

കേശവൻ : ഇത്തരം സഞ്ചികളിലെ ചായം ഇളകി കൊഴുപ്പുള്ള ഭക്ഷണസാധനങ്ങളിൽ ലയിച്ച് നമ്മുടെ ശരീര ത്തിൽ എത്തിയാൽ അത് ഭയങ്കര അപകടമാ..

(ശാന്ത ഓക്കാനിക്കുന്നു)

കേശവൻ   : (പുറം തടവി) എന്താ?

ശാന്ത   : അന്നത്തെ സാമ്പാറ്.

കേശവൻ   : ശ്ശെടാ.. അതിനിപ്പോഴാണോ ഓക്കാനിക്കുന്നത്?
                 പശു ചത്തു. മോരിലെ പുളിയും കെട്ടു. എന്നിട്ടി
                 പ്പോ...

ശാന്ത   : (പൊട്ടിക്കരയുന്നു) എന്നാലും എന്റെ പൂവാലി....
                 (ദേഷ്യം) ഇങ്ങനെ കണ്ണിച്ചോരയില്ലാതെ വർത്ത
                 മാനം പറയാതെ. മനുഷ്യാ..

കേശവൻ   : എടീ പൂവാലിയുടെ കാര്യമല്ല ഞാൻ പറഞ്ഞത്.
                 നീ കരയാതെ. ഇനിയെങ്കിലും ഇത്തരം അബദ്ധം
                 വരാതെ നോക്കണം. ഇനി പ്ലാസ്റ്റിക് സാധനങ്ങൾ
                 കഴിവതും ഒഴിവാക്കണം. പ്ലാസ്റ്റിക് കൂടുകൾ
                 നമുക്ക് വേണ്ടേ... വേണ്ട...

ശാന്ത   : വേണ്ടേ...വേണ്ട.. പക്ഷേ ഇതു നമ്മൾ പറഞ്ഞതു
                 കൊണ്ടായോ? കടയിൽ നിന്നു സാധനങ്ങൾ
                 കൊണ്ടു വരാൻ എന്തുചെയ്യും?

കേശവൻ   : പണ്ട് നമ്മൾ എന്താ ഉപയോഗിച്ചിരുന്നത്.

ശാന്ത   : തുണിസഞ്ചി.. ചാക്കുകൊണ്ടുള്ള സഞ്ചി..

കേശവൻ   : ഇപ്പോൾ കനം കുറഞ്ഞ പേപ്പർ ബാഗുകളും കിട്ടാ
                 നുണ്ട്. ഇനി മുതൽ നമുക്ക് ഇവയൊക്കെ മതി.

ശാന്ത   : ഇതു നമ്മുടെ കാര്യം. മറ്റുള്ളവരുടെ കാര്യമോ?
                 എല്ലാവരും വിചാരിച്ചാലേ നാടു നന്നാവുള്ളൂ.

കേശവൻ   : ആദ്യം നമുക്കു നന്നാവാം. എന്നിട്ടു മറ്റുള്ളവരെ
                 നന്നാക്കാം. എല്ലാവർക്കും ഗുണമുള്ള കാര്യമാ
                 ണല്ലോ.

ശാന്ത   :   ഹാ.. ഈ ബുദ്ധിയുദിക്കാൻ എന്റെ പൂവാലിപ്പ
                 ശുവിന്റെ പ്രാണനെടുക്കേണ്ടിവന്നല്ലോ...

രണ്ടുപേരും : (മുകളിലേക്കു നോക്കി കൈകൂപ്പി) പൂവാലി...
                 ഞങ്ങളോടു പൊറുക്കണേ.. (അകലെ പശുക്കി
                 ടാവിന്റെ കരച്ചിൽ)

കേശവൻ : അതാ കിടാവു കരയുന്നു. അമ്മയില്ലാത്ത
കുഞ്ഞാ.. ഇനി അതിനെയെങ്കിലും നേരെ ചൊവ്വേ
നോക്കണം.

ശാന്ത : ശരിയാ.. ഞാൻ വെള്ളം കൊടുക്കാം. നിങ്ങളി
ത്തിരി വൈക്കോലിങ്ങെടുത്തേ... *(പോകുന്നു)*

കേശവൻ : *(പിന്തുടർന്നു പോകുന്നതിനിടയിൽ പശുക്കിടാ*
വിനെ വിളിക്കുന്നു) മ്ബേ.. വാ.. വാ..

നാടിന്നകം.. നാടകം

നാടകം ഉണ്ടായതെന്ന്?

ഇതിന് കൃത്യമായ ഉത്തരമില്ല.

ആംഗ്യഭാഷയും അഭിനയത്തോടു കൂടിയുള്ള വർത്തമാനം പറച്ചിലും ലോകത്തെങ്ങുമുള്ള മനുഷ്യരുടെ ജന്മസ്വഭാവമാണ്. രംഗകലയായ നാടകം വളർന്നതും. ആവിർഭവിച്ചതും ഭക്തി പരമായ അനുകരണങ്ങളിൽ നിന്നാണെന്നാണ് ചരിത്രകാരന്മാർ സാക്ഷ്യപ്പെടുത്തുന്നത്. പ്രാചീന അനുഷ്ഠാന നൃത്തത്തിലും പാട്ടിലും ചിത്രങ്ങളിലും 'നാടകീയത' അന്തർലീനമായിരിക്കുന്നു.

ഗ്രീസ്, ഇറ്റലി, ഫ്രാൻസ്, ജർമനി, ബ്രിട്ടൻ, റഷ്യ എന്നിവി ടങ്ങളിലും ഇന്ത്യ, ചൈന, ജപ്പാൻ തുടങ്ങിയ ഏഷ്യൻ രാജ്യങ്ങ ളിലും അതിപുരാതന കാലം മുതൽക്കുതന്നെ നാടകവേദികളു ണ്ടായിരുന്നു.

ഗ്രീക്ക് നാടകവേദിയിലാണ് പാശ്ചാത്യനാടകകലയുടെ ആരംഭം കുറിക്കുന്നത്. എല്ലാ ലൗകികസുഖങ്ങളുടെയും അധി പനായ ഡയോണിസിസ് ദേവന്റെ പ്രീതിക്കായി നടത്തുന്ന ഉത്സ വാഘോഷയാത്രയിൽ പങ്കെടുക്കുന്നവർ 'ഡിഥിറാംബ്' എന്ന സ്തുതിഗീതങ്ങൾ ആലപിക്കും. അപ്പോൾ ഏതാനുംപേർ ചില ചോദ്യങ്ങൾ ചോദിക്കും. മറ്റു ചിലർ അതിന് ഉത്തരം പറയും. ഇത് ഒരു ചടങ്ങായി മാറിയപ്പോൾ ആൾക്കൂട്ടത്തെ രസിപ്പിക്കാൻ

കഴിയുന്നവർ 'നല്ല ഉത്തരം പറച്ചിലുകാരായി.' രംഗവേദി അഭി നേതാക്കൾ സദസ്യർ എന്നീ ഘടകങ്ങൾ ഒത്തുവന്നപ്പോൾ നേരത്തെ തയാറാക്കിയ ചോദ്യങ്ങളും ഉത്തരങ്ങളും സംഭാഷ ണരീതിയിൽ ഉപയോഗിച്ചുതുടങ്ങി. 'തെസ്ഫീസ്' എന്ന കവി താൻ മുൻകൂട്ടി തയാറാക്കിയ ചോദ്യങ്ങളും ഉത്തരങ്ങളും സംഘ നേതാക്കൾക്ക് കൊടുത്തിരുന്നത്രെ. എയ്സ് ഖിലസ്, സോഫോ ക്ലിസ് എന്നിവരും പിന്നീട് ഈ രംഗത്തേക്ക് കടന്നുവന്നു.

നാട്യശാസ്ത്രം

ഭരതമുനിയുടെ *നാട്യശാസ്ത്രമാണ്* ഭാരതീയ നാടകചിന്ത കൾ ഉൾക്കൊണ്ട ആധികാരിക നാട്യശാസ്ത്രഗ്രന്ഥം. നൃത്തം, സംഗീതം, നാടകരൂപങ്ങൾ, അഭിനയം, രസഭാവങ്ങൾ എന്നി ങ്ങനെ വിപുലമായ വിഷയങ്ങൾ ശാസ്ത്രീയമായി കൈകാര്യം ചെയ്യുന്ന *നാട്യശാസ്ത്രം* പോലൊരു ബൃഹത് ഗ്രന്ഥം പ്രാചീന കാലത്ത് വേറെ ഉണ്ടായതായി തെളിവില്ല.

ബ്രാഹ്മണൻ മുതൽ ശൂദ്രൻ വരെ എല്ലാ ജാതിക്കാർക്കും വേണ്ടി കാണാനും കേൾക്കാനും പറ്റിയ ഒരു വിനോദം വേണ മെന്ന ദേവേന്ദ്രന്റെയും മറ്റും അഭ്യർഥന മാനിച്ചാണ് ബ്രഹ്മാണ് 'നാട്യം' സൃഷ്ടിച്ചതെന്നാണ് *നാട്യശാസ്ത്രത്തിൽ* മുനി പറയു ന്നത്. ഇതിനായി നാലുവേദങ്ങളിൽ നിന്നുള്ള ആശയങ്ങൾ കൂട്ടി ച്ചേർത്തു. *ഋഗ്വേദത്തിൽനിന്നും* പാഠ്യം, *സാമവേദത്തിൽനിന്നും* 'ഗീതം' *യജുർവേദത്തിൽനിന്നും* 'അഭിനയം' *അഥർവവേദ ത്തിൽനിന്നും* രസം.

ഇതോടെ നാട്യം പഞ്ചമവേദമായി അറിയപ്പെട്ടു.

നാടകം

'ഡ്രു' എന്ന ക്രിയയിൽ നിന്നുണ്ടായ വാക്കാണ് ഡ്രാമ. നാടകം സംസ്കൃത പദമാണ്. നടിച്ചുകാണിക്കുന്നത് എന്നാണ് ഇതിന്റെ അർഥം.

അഭിനയം നൃത്തം, വേഷവിധാനം, രംഗപടം, ചമയം, എന്നി ങ്ങനെ ദൃശ്യവും സംഭാഷണം സംഗീതം എന്നിങ്ങനെ ശ്രവ്യ വുമായ പല കലങ്ങളുടെ മേളനത്തിലൂടെയാണ് 'നാടകം' ഉരു

ത്തിരിയുന്നത്. അതിനാൽ ഒരു സമ്പൂർണ (Complete) കല യായും സങ്കീർണ (Complex) കലയായും നാടകം വിശേഷിപ്പി ക്കപ്പെടുന്നു. ഇതിനാലാണ് വ്യത്യസ്ത അഭിരുചിക്കാരായ മനു ഷ്യരെ തൃപ്തരാക്കാൻ കഴിയുന്ന ഏക വിനോദോപാധിയാണ് നാടകമെന്ന് 'കാളിദാസൻ' വിലയിരുത്തുന്നത്.

ഏറ്റവും മഹത്തായ കലയാണ് നാടകമെന്ന് ഭരതമുനിയും അഭിപ്രായപ്പെടുന്നു. കാരണം ഇതിൽ സാഹിത്യം, സംഗീതം, നൃത്തം, മുദ്ര, അഭിനയം, വൃത്തം, അലങ്കാരം, രസം, ധനി, ചമയം, ശിൽപ്പവിദ്യ, സംവിധാനം എന്നിവയെല്ലാം ഉൾച്ചേർന്നിരിക്കുന്നു.

പഞ്ചസന്ധികൾ

ശരീരത്തിലെ പ്രധാനപ്പെട്ട അവയവങ്ങൾ സന്ധിക്കുന്ന ഇടംപോലെ നാടകത്തിലെ ഇതിവൃത്തത്തിനും സന്ധികൾ ആവ ശ്യമാണ്. മുഖം, പ്രതിമുഖം, ഗർഭം, വിമർശം, നിർവഹണം എന്നി വയാണവ.

നാടകീയ സന്ദർഭങ്ങൾ ഉണ്ടാകുന്നതിനാവശ്യമായ സംഘർഷത്തിനു കളമൊരുക്കുന്ന സന്ധിയാണ് മുഖസന്ധി. സംഘർഷത്തിലേക്കുള്ള വളർച്ച പ്രതിമുഖ സന്ധിയായും ഇതിന്റെ മൂർധന്യം 'ഗർഭസന്ധി' യായും വേർതിരിച്ചിരിക്കുന്നു. സംഘർഷം ഒഴിവാക്കാനുള്ള ശ്രമം വിമർശക സന്ധി. ഇത് ശുഭ മായി പര്യവസാനിക്കുന്നത് അഞ്ചാമത്തെ നിർവഹണ സന്ധി യിലാണ്.

കോമഡിയും ട്രാജഡിയും

ദുരന്തത്തിൽ പര്യവസാനിക്കുന്ന നാടകമാണ് 'ട്രാജഡി'. ഹാസ്യത്തിനു പ്രാധാന്യം നൽകി മനുഷ്യരുടെ കുറ്റങ്ങളും കുറ വുകളും അനുകരിച്ചുകാട്ടുന്ന ശുഭാന്തനാടകം കോമഡിയും അരിസ്റ്റോട്ടിലിന്റെ *പൊയ്റ്റിക്സ്* എന്ന കൃതിയിൽ ഇതേക്കുറിച്ച് വിശദമായി പ്രതിപാദിച്ചിട്ടുണ്ട്.

ഇതിവൃത്തം (Plot) കഥാപാത്രം (Character) ഭാഷ, ശൈലി, ദൃശ്യം, ഗാനം എന്നിങ്ങനെ ആറ് ഘടകങ്ങൾ ട്രാജഡി നാടകത്തിന്റെ ഭാഗമായി വരുമെന്നാണ് അരിസ്റ്റോട്ടിൽ ചൂണ്ടി

ക്കാട്ടുന്നത്.

പത്ത് രൂപകങ്ങൾ

നാട്യശാസ്ത്രത്തിലെ ഇരുപതാമത്തെ അധ്യായത്തിൽ ഭര തമുനി ദശരൂപങ്ങളെപ്പറ്റി പറയുന്നുണ്ട്. അഭിനേതാക്കൾക്ക് കഥാ പാത്രങ്ങളുടെ രൂപം കൊടുക്കുന്നത് എന്ന അർഥത്തിലാണ് ദൃശ്യ കലകൾക്ക് രൂപകം എന്ന പേര് നൽകിയത്.

പ്രമേയം, ഇതിവൃത്തം, കഥാപാത്രങ്ങൾ, അങ്കങ്ങൾ, രസം എന്നിവയുടെ സ്വഭാവം അവയുടെ എണ്ണം തുടങ്ങിവയെ അടി സ്ഥാനമാക്കി ചുരുങ്ങിയത് മുപ്പതുതരം ദൃശ്യകലകളെയെങ്കിലും അദ്ദേഹം വേർതിരിക്കുന്നുണ്ട്. ഇതിലെ പ്രധാനപ്പെട്ട പത്ത് രൂപ കങ്ങളാണ് ഈഹാമൃഗം, ഡിമം, സമവകാരം, ഭാണം, പ്രഹസ നം, വീഥി, വിയോഗം എന്നിവ.

ദശരൂപങ്ങളിൽ പ്രാധാന്യം നാടകത്തിനുതന്നെ.

ഏകാങ്ക നാടകം

ഇംഗ്ലീഷിൽ one act play എന്നു പേരുള്ള നാടകരൂപത്തി ലതാണ് നാം 'ഏകാങ്കം' എന്നു പറയുന്നത്.'ഒരങ്കം' മാത്രമുള്ള തിനാൽ 'ഏകാങ്കി' എന്ന പേരും ഉപയോഗിച്ചു കാണാറുണ്ട്.

ബഹാങ്ക നാടകത്തിന്റെ സമഗ്ര ഘടനയിൽ നിന്ന് പൊളി ച്ചെടുത്തല്ല ഏകാങ്കം സൃഷ്ടിക്കേണ്ടത്. അത് സ്വയം പൂർണത യുള്ളതാവണം. ജീവിതത്തിൽ നിന്ന് ഒരു നിമിഷം ലോകത്തിൽ നടക്കുന്ന ഏതെങ്കിലും ഒരു സംഭവം ചരിത്രത്തിൽ നിന്നോ പുരാണത്തിൽ നിന്നോ അടർത്തിയെടുത്ത ഒരു സംഭവം എന്നി ങ്ങനെ ഏകാങ്കത്തിനു സ്വീകരിക്കുന്ന പ്രമേയം എന്തുമാവാം. എന്നാൽ ഭാവപരവും രൂപപരവുമായ ഏകാഗ്രത, സംഭാഷ ണത്തിലെ ധ്യാന്യാത്മകത, ശാഖോപശാഖകളില്ലാത്ത ഇതി വൃത്ത സംവിധാനം എന്നിവ ഏകാങ്ക നാടകരചയിൽ ആവശ്യം പാലിക്കപ്പെടേണ്ട ധർമങ്ങളാണ്.

കാവ്യനാടകവും നാടകീയ കാവ്യങ്ങളും

നാടകത്തെ ദൃശ്യകാവ്യമെന്നു പറയാറുണ്ട്. രംഗാവതരണം

ലക്ഷ്യമാക്കിയുള്ള കാവ്യനാടകത്തിൽ ക്രിയാംശത്തിനായി രിക്കും പ്രാധാന്യം. രചനയുടെ ആദ്യഘട്ടം മുതൽ രംഗാവതര ണത്തിന്റെ അവസാനം വരെ കാവ്യാത്മകമായ ബിംബകൽപ്പ നയുടെ ക്രിയാസാന്നിധ്യമുണ്ടാവും,. കാവ്യനാടകങ്ങൾ ഏറിയ കൂറും പദ്യത്തിലായിരിക്കും. എന്നാൽ നാടകീയ കാവ്യം കവി തയാണ്. കവിതയുടെ ഭാവവിന്യാസത്തിന് നാടകത്തിന്റെ രൂപമോ അംശങ്ങളോ സ്വീകരിച്ച് കൂടുതൽ ഫലപ്രദമാക്കാൻ നാടകത്തിലേതുപോലുള്ള സംഭാഷണം, കഥാപാത്രങ്ങൾ എന്നിവ ഉചിതമായ രീതിയിൽ ഇതിൽ സന്നിവേശിപ്പിച്ചിരിക്കും.

ചങ്ങമ്പുഴയുടെ *രമണൻ* നാടകീയ കാവ്യത്തിന് ഉദാഹര ണമാണ്. ദാസ–കാളിദാസപ്രഭൃതികളുടെ കൃതികൾ കാവ്യനാ ടകത്തിന്റെ ഉത്തമദൃഷ്ടാന്തങ്ങളാണ്.

റേഡിയോ നാടകം

ദൃശ്യകലയായ നാടകം റേഡിയോ നാടകമാവുമ്പോൾ കേട്ടാണ് നാം ആസ്വദിക്കുന്നത്. ശ്രോതാക്കൾ അവരവരുടെ ഭാവ നയ്ക്കൊത്ത് സ്വയം ദൃശ്യവൽക്കരണം നടത്തുന്നു. സ്റ്റേജിന്റെ സ്ഥലപരിമിതിക്കോ ഇരിപ്പിടങ്ങളുടെ ലഭ്യതയ്ക്കോ ഇവിടെ പ്രസക്തിയില്ല. ഇരുന്നോ കിടന്നോ ഇഷ്ടമുള്ള പ്രവൃത്തി ചെയ്തോ എവിടെവെച്ചും കേൾവിയിലൂടെ നാടകം ആസ്വദിക്കാം.

സാഹിത്യം, കഥാപാത്രങ്ങളുടെ സംഭാഷണം, പശ്ചാത്തല സംഗീതം, ശബ്ദവിന്യാസം എന്നിവ സമർഥമായി ഉപയോഗി ച്ചാലേ ദൃശ്യനാടകത്തിന്റെ പൊലിമയെ മറികടക്കുന്നതിനും റേഡിയോ നാടകം ആസ്വാദ്യകരമാക്കുന്നതിനും കഴിയൂ. ഇതിനു പരിമിതിയുണ്ട്. എങ്കിലും ജനകീയ മാധ്യമമെന്ന നിലയിൽ അന്ധരും നിരക്ഷരരുമുൾപ്പെടെയുള്ള ആബാലവൃദ്ധം ജന ങ്ങൾക്ക് വിനോദവും വിജ്ഞാനവും പകരാൻ ഇന്നത്തെ റേഡിയോ നാടകങ്ങൾ ഉപകരിക്കുന്നു.

തെരുവുനാടകങ്ങൾ

ലോകമൊട്ടുക്ക് ഏറെ പ്രചാരമുള്ള ദൃശ്യമാധ്യമമാണ് തെരു വുനാടകം. അഥവാ തെരുവുമൂലനാടകം. രാഷ്ട്രീയമോ

സാംസ്കാരികമോ ആയ ഇടപെടലുകൾ ആവശ്യമായി വരു മ്പോൾ നാടകത്തിന്റെ നിയതമായ ചട്ടക്കൂടിൽ നിന്ന് വ്യതിച ലിച്ച് ആൾക്കൂട്ടത്തിനിടയിൽ തെരുവിലെവിടെയെങ്കിലും വച്ച് തെരുവുനാടകം അവതരിപ്പിക്കപ്പെടുന്നു.

ഏതെങ്കിലും വാദ്യശബ്ദമോ അട്ടഹാസമോ നിലവിളികളോ ഉയർത്തി ആളുകളുടെ ശ്രദ്ധയാകർഷിച്ച്, പരിസ്ഥിതി പ്രശ്നം, ആരോഗ്യരംഗത്തെ ചൂഷണം, സ്ത്രീശാക്തീകരണം തുടങ്ങിയ വൈവിധ്യങ്ങളായ പ്രമേയങ്ങൾ അവതരിപ്പിക്കുകയാണ് തെരു വുനാടകത്തിലൂടെ പൊതുവെ ചെയ്യുന്നത്. അവതരണത്തിലെ തനിമയോ പുതുമയോ കൊണ്ട് നാനാതരത്തിൽപ്പെട്ട ആളുകളെ തങ്ങളുടെ വരുതിയിൽ പിടിച്ചു നിർത്തി പത്തോ ഇരുപതോ മിനിറ്റുകൊണ്ട് അവരെ ചിന്തിപ്പിക്കാനും പ്രതികരിക്കാനും പ്രശ്നപരിഹാരത്തിന് പ്രേരിപ്പിക്കാനും തെരുവുനാടകം വഴി യൊരുക്കാറുണ്ട്.

ജർമൻ നാടകകൃത്ത് ബർത്തോൾഡ് ബ്രഹ്ത്, ലോക നാട കവേദിക്കു നൽകിയ സംഭാവനയാണ് തെരുവുനാടകമെന്ന ആശ യം. മൂർച്ചയേറിയ ചലനാത്മകത, ആഴത്തിലുള്ള സംവേദനാ സാധ്യത, പ്രേക്ഷക സമൂഹവുമായി അടുത്തിടപഴകാനുള്ള അവസരം, വർത്തമാന കാല സംഭവങ്ങളുടെ ശാസ്ത്രീയമായ വിശകലനം എന്നിവയാണ് തെരുവുനാടകത്തെ ശ്രദ്ധേയമാ ക്കുന്ന ഘടകങ്ങൾ.

കേരളത്തിലും ഇന്ത്യയിലെ മറ്റു സംസ്ഥാനങ്ങളിലുമുള്ള രാഷ്ട്രീയ സംഘടനകൾ ബഹുജനപ്രസ്ഥാനങ്ങൾ സാംസ്കാ രിക സംഘങ്ങൾ എന്നിവ ഈ സങ്കേതത്തെ ആശയപ്രചരണ ത്തിനുവേണ്ടി ഫലപ്രദമായി ഉപയോഗപ്പെടുത്തുന്നുണ്ട്.

ഏതുകലയെയും പ്രാഥമികലക്ഷ്യം ആനന്ദവും ആത്യന്തി കലക്ഷ്യം ജീവിത സംസ്കരണവുമാണല്ലോ. അതിനായുള്ള ഏറ്റവും ശക്തവും ഫലപ്രദവുമായ മാധ്യമമാണ് നാടകം.

എത്ര വിശാലമാണ് അതിന്റെ കാൻവാസ്!